நான் இயலி ...

கவிதையானவள்...

இயலிசம்

Copyright © Eyalisam
All Rights Reserved.

ISBN 979-888555075-8

This book has been published with all efforts taken to make the material error-free after the consent of the author. However, the author and the publisher do not assume and hereby disclaim any liability to any party for any loss, damage, or disruption caused by errors or omissions, whether such errors or omissions result from negligence, accident, or any other cause.

While every effort has been made to avoid any mistake or omission, this publication is being sold on the condition and understanding that neither the author nor the publishers or printers would be liable in any manner to any person by reason of any mistake or omission in this publication or for any action taken or omitted to be taken or advice rendered or accepted on the basis of this work. For any defect in printing or binding the publishers will be liable only to replace the defective copy by another copy of this work then available.

காதலை ஒருநாளேனும் தன் மனதோடு வளர்த்து,தனது காதலை சொல்ல முடியாமல் தவித்து,நாம் நினைத்தவர் கிடைத்தால்,கிடைத்திருந்தால், என்னவெல்லாம் நடக்கும்,நடந்திருக்கும் என ஒவ்வொரு நாளும்,அனுதினமும் காதலோடும் கற்பனையோடும் வாழும் ஒவ்வொரு உயிருக்கும்...இந்தப் புத்தகம் சமர்ப்பணம்.

பொருளடக்கம்

முன்னுரை   vii

நன்றி   ix

முகவுரை   xi

முன்னுரை

காதல் என்பது என்ன என்ற ஒற்றைக் கேள்விக்கு ஆயிரம் பதில் சொல்லும் இந்த ஊர்.ஒருவருக்கு உயிராகத் தெரியும்,ஒருவருக்கு உணர்வாகத் தெரியும்,இன்னும் சிலருக்கு உடலுறவாகக் கூடத் தெரியும். ஆனால் காதல் என்ற ஒற்றை உணர்வு தான் நம்மை வாழ வைக்கிறது.நாம் வாழவும் காரணமாக இருந்திருக்கிறது.

அப்படிப்பட்ட காதலை நாம் யாரிடம் எதற்காக எதிர்பார்கின்றோம் என்பதைப் பொறுத்தே,அன்பும்,ஏமாற்றங்களும் நமக்கு பதிலாக கிடைக்கக் காத்திருக்கிறது.

சரி அப்படியென்றால் நமக்கு சரியான வகையில் அன்பைப் தரும் காதலை எப்படி அறிந்து கொள்வது அல்லது புரிந்து கொள்வது என நீங்கள் கேட்கலாம்.இதற்கான ஒரே பதில்.நமது வாழ்க்கையில் தேவைப்படும் அன்பும்,ஏக்கமும்,அரவணைப்பும் நேரத்திற்கு நேரம்,நமது வயதிற்கு வயது மாறுபடும். அத்தகைய அதே உணர்வு நீங்கள் அன்பை எதிர்பார்க்கும் உங்கள் துணையிடமும் இருந்தால்,அது தான் உங்கள் காதலின் வெற்றி.அத்தகைய தேடலில் தோற்றுப்போன ஒருத்தியின் உணர்வுகளை,ஏமாற்றங்களை இங்கே பதிவு செய்திருக்கிறேன்.இது போன்ற நிகழ்வு உங்கள் வாழ்க்கையிலும் நடந்திருக்கலாம் அல்லது இனிமேலாவது நடக்கலாம்.

வாருங்கள்.இயலியின் வாழ்க்கையை வாசிப்போம்.அவள் உணர்வுகளையும் நாம் நேசிப்போம்.

இப்படிக்கு

நான் இயலி...

www.eyalisam.com

நன்றி

காதலித்து கை பிடித்து வாழும்,கணவருக்கும் மனைவிக்கும்,கைபிடித்து காத-
லிக்கும் கணவன் மனைவிக்கும்,கைபிடிக்கப் போகும் கணவன் மனைவிக்-
கும்,காதலியை கைப்பிடிக்க முடியாமல் மனைவியை காதலிக்க நினைக்கும்
அனைத்து காதலர்களுக்கும்,இந்த புத்தகத்தின் வாயிலாக நன்றி சொல்வதில்
மகிழ்ச்சி கொள்கிறேன். நன்றி ..

முகவுரை

இந்தப் புத்தகம் முழுக்க முழுக்க ஒரு பெண்ணின் காதல்,ஏக்கம் மற்றும் உணர்வுகளை,அவளது வாழ்க்கையின் போக்கில் சொல்லும் கவிதைகளாக மட்டுமே எழுதப்பட்டுள்ளது.இதில் காதலும் அதனோடு இழையோடிய காம-மும் கலந்த தொகுப்பாக இருக்கும்.

ஏனெனில் காதலில் இருந்து காமத்தை தனியே பிரித்தெடுக்க முடியாது என்பது எனது பார்வை.காதல் என்பது ஒரு பொட்டலமாகக் கொண்டால் அது காமம் என்னும் நூலால் கட்டப்பட்டுள்ளது என்பதே உண்மை.எனவே காதலோடு சேர்ந்து கலந்த கலவிகளாக கவிதைகள் இங்கே காத்திருக்-கின்றன.

சில இடங்களில் உணர்ச்சி மிகுந்திருக்கலாம்,உணர்வு குறைந்திருக்க-லாம்.ஆனால் அது கவிதையின் குறையாக எடுத்துக்கொள்ளக்கூடாது.

ஏனெனில் ஒவ்வொரு கவிஞருக்கும்,வாசகருக்கும், உணர்வுகளும் வார்த்-தைகளும் புரிதலில் வேறுபடலாம்.சிலநேரம் புரியாமலே போகலாம்.அது அவரது எண்ணத்தின் வெளிப்பாடு.

ஒருதலைப்பிடப்படாத திறந்த புத்தகம் போல இங்கிருக்கும் எழுத்துக்-களை,மனதை திறந்து வாசிக்க தொடங்குங்கள்.இவை உங்கள் மனதுக்கு பிடிக்கும் என்னை நம்புங்கள்.

இப்படிக்கு
நான் இயலி ...

1. சமூகம்

1.கருணைதாராயோ

காவலரே...

சற்று நில்லுங்கள்..

காற்றடித்துத்தான் என் கூந்தல் கலைந்தது என்றே சொல்லுங்கள்..

கண்ணிலே தூசி விழுந்ததால் கலங்கினேன் என்றே சொல்லுங்கள்..

பாதங்களில் முள் குத்த இரத்தம் வழிந்ததாய் சொல்லுங்கள்..

பாவை நான் இன்னும் பழி சுமக்கத் தயாரில்லை..

இதை தற்செயலெனச் சொல்லுங்கள்..

காற்று கலைத்த கூந்தலுக்கே கருப்பை கசங்கிடுவாள்

என்னம்மா... நான் கற்பை இழந்தேனென்றால்

கருணைக்கொலை செய்ய ஆசைப்படுவார்..

காலோரம் முள் தைத்தால் காட்டைக் கொழுத்தும்

என்னப்பா...

காலோரம் இரத்தம் கண்டால் கடவுளைக்கூட கல்லெறிந்து கொல்வார்..

இதனை எப்படியும் சொல்லாதீர்கள்

என் அண்ணன் தாங்க மாட்டான்...

எதிரிக்கும் இதுபோல் செய்யாதீர்கள் என் அண்ணன்

அவர்களை கொல்லாமல் தூங்கமாட்டான்...

இன்று வழியில் கசங்கிப்போனேன் வழித்துணைக்கு கரம் கொடுங்கள்..

வாய்த்தா வழக்கு வேண்டாம் வாசல் தாண்டும் முன்

அவர்களைக் கொல்லுங்கள்...

வாசல் தாண்டி நான் வாழ வேண்டும் வழக்கை நாளை வரை தள்ளுங்கள்..

இன்றே கள்வர்களுக்கு தண்டனை வேண்டும்

அதை முதலில் செய்யுங்கள்..

கரம் குவிக்கிறேன் கடவுளைப்போல காவலரே - மீண்டும்

எனக்கு கற்பை அளியுங்கள்..

கருணை செய்வதாய்ச்சொல்லி என்னை காட்சிப்பொருளாய் மாற்றாதீர்...
தொலைதூரம் சென்றடையுமோ என் மானம் போன செய்தி..இது நடந்தால்
நாளை தொலைதொடர்பு சாதனங்களுக்கு
என் சாவும் ஒரு தலைப்புச் செய்தி..

2.அவள்வாழ்க்கை

நான் மறுத்துப்பேசும் வார்த்தைகளுக்குள் தான்
ஒழிந்து கொள்கிறது அவள் வாழ்க்கை...
நான் மறைத்துப் பேசும் வலிகளோடு தான்
இன்னும் துடிக்கிறது அவள் இதயம்...
நான் மறந்து போனகவிதைகளில் தான்
இன்னும் இருக்கிறது அவள் உலகம்...
நான் மறந்து சிரித்த நிமிடங்களில் தான்
லயிக்கிறது அவள் கனவு...
நான் மறந்தும் கூட இன்னும் அவளை
மதிக்கவில்லை.. இதுவே எனது நினைவு..
நான் அவளுக்காய் வாழ்வதாய் சொல்லிக்கொண்டு
கணிப்பொறியை கட்டியணைக்கிறேன்..
அவள் கனவுகளிலும் துணைவருவதாய் சொல்லவே..என்
கட்டிலோரமாய் விழித்திருக்கிறாள்..

3.ஏன்இவள்இப்படி...

ஏன் இவள் இப்படி இருக்கிறாள் என்று கேள்வி கேட்காதவர்கள் யாரும் இல்லை..
இவள் ஏன் இப்படி ஆனால்..
என்று கேள்வி கேட்கத்தான் இங்கு யாருமில்லை..
நடுவீதித் தெருவில் நாம் நடக்கும் பொழுது நச்சரித்து
நம் கைகளைப் பிடித்து ஒரு வாய் சோறு வாங்கிக்கொடுங்கள் என்று அவள் கேட்-
கும் வரை தான்..
எனக்கும் தோணவில்லை.

அவளும் அம்மா என்பது....

4.பறவைகளும் குருவிகளும் என்ன செய்யும்.

இப்போது

நான் சாப்பிட்டு விட்டேன்

ஆனால் இந்த பறவைகளும் குருவிகளும்

என்ன செய்யும்..

அவற்றிற்கு உணவு விற்கும் செயலிகள் தெரியாதே

அவற்றிற்கு பண அட்டைகள் கிடைக்காதே

அவற்றிற்கு கைபேசியும் இருக்காதே

அவற்றிற்கு பொட்டலத்தை பிரிக்கவும் தெரியாதே...

பழையதை மறக்கவும் தெரியாதே...

ஆனால் நாம் மறந்தோம் பழையன யாவும் மறந்தோம்..

நம் வீட்டுச் செடியில் காய்க்கும் புடலங்காய் மறந்தோம்..

சுரைக்காய் மறந்தோம்..பீர்க்கங்காய் மறந்தோம்..

காய்கறிகள் அனைத்தையும் மறந்தோம்..

ஆனால் அதை கடைகளில் வாங்க மறந்தோமா..

இல்லை..

எனது வீட்டில் ஒரு காலத்தில்

நானே நட்ட செடியில் பறித்த காய்களை

இலவசமாக அனைவருக்கும் தருவேன்

என சொல்ல மறந்தோமா...

இல்லை..

நீங்கள் எதையும் மறக்கவில்லை..கழனிகளை காடாக்க மறக்கவில்லை

காடுகளை வெட்டி கோயில் கட்ட மறக்கவில்லை..

கோவில் வாசலில் பத்து ரூபாய் செருப்புக்கு பாதுகாப்புச்சீட்டு வாங்க மறக்க-

வில்லை..

இல்லை

தலை சீவ மறக்கவில்லை..

தங்கச்சியை மறக்கவில்லை.. தம்பியை மறக்கவில்லை..

இல்லை

உண்ணவும் மறக்கவில்லை..

ஆனால்

எதனை மறந்தோம்

எருமைகள் பால் தரும் பழக மறந்தோம்..

எருக்களஞ்செடி வலி போக்கும் வளர்க்க மறந்தோம்..

எத்திசையிலும் பாசம் மறந்தோம்..படுக்கை தரும் மரத்தையும் வளர்க்க மறந்தோம்

அதை பராமரிக்கும் பறவைகளையும் பாதுகாக்க மறந்தோம்..

இவற்றை மறந்தாலென்ன..இவையின்றி என்னாகும்..

ஒரு முறை உங்கள் மனதோடு கேட்டுப்பாருங்கள்..

இவ்வுலகில் எதுவும் நடக்காது..

உங்கள் கைகளில் உணவு கிடைக்காது உடை கிடைக்காது

உங்களுக்கு உறக்கமும் கிடைக்காது..

இன்னும் விளக்கங்கள் தேவையா..

மனிதா..

இது உங்கள் விதியை தீர்மானிக்கும் விளங்காத விந்தையய்யா....

இனிமேலாவது விளங்குங்கள்

விட்டிலையும் - நம்

தொட்டிலைப்போல் வாழவிடுங்கள் - இறுதிவரை

இயற்கையோடு வாழ்ந்து விடை பெறுங்கள்...

இவ்வுலகத்தை இளசுகளுக்கு விட்டுச் செல்லுங்கள்...

5.விவசாயம்செய்வோம்

சுடும் எனத் தெரிந்தே தான்

தன் பிஞ்சுக்கு சூடு வைத்தால்...அம்மா.. சுட்டிருக்கும் தானே..

அவள் மனது..கண்டிப்பாக...

வலிக்கும் எனத் தெரிந்தே தான் தன் வயலோடு நாத்து நட்டான் விவசாயி...

வலித்திருக்கும் தானே அவன் விரல்கள்...வறுமையாக....

ஏன் இவை இங்கு நடக்கிறது இரண்டும் இருதுருவமாய்

கவிதையில் குழந்தை போலப் தவழ்கிறது..

இருவரும் அன்னைதானோ அன்னம் கொடுப்பவர் கைகளும் கருவறை தானோ..

கற்சிலைகள் கடவுள்கள் தானோ.. கலப்பை ஏந்திய அம்மாக்கள்

கருப்புச்சாமியும் தானோ....

ஏன் இவளை மறக்கிறோம்

தினமும் பசிக்கும்போது மட்டுமே இவளை நினைக்கிறோம்..

ஏன் இவளை ஒதுக்கினோம்

யோசிப்பில்...

கவலைகளை கலப்பை போல மனதுக்குள்ளே உழுகிறோம்..

உங்களால் முடிந்தால் ஒருநாள் ஒருமுறை..

அந்த பயிர் செய்த வயல் ஓரமாய் அதிகாலையில் நடந்து பாருங்கள்..

அவள் உங்களோடு பேசுவாள் ஆனந்தக்காற்றில் அவள் கலந்திருப்பாள்..

அள்ளி அள்ளிக் பருக ஆனந்தமாய் உங்களருகே வருவாள்..

அவளுக்கு வயதில்லை வசதியில்லை வறுமையுமில்லை..

உன்னை கட்டியணைக்க காசும் கேட்பதில்லை..

அவளுக்கு வறண்ட நெஞ்சும் இல்லை.. உங்கள் மேல் வஞ்சமுமில்லை..

அவள் உங்களுக்காக பிறக்கிறாள் உங்களையே சுமக்கிறாள்

உணவாக ருசிக்கிறாள் உடல் கருகியே மண்ணில் மடிகிறாள்..

அவள் பச்சைப் புடவை அணிந்திருப்பாள்

பாலோடு பருக்கையில் அவள் இருப்பாள்.. பசிக்கு மருந்தாவாள்..

மனிதன் ருசிக்க விருந்தாவாள்..

ஒருநாள் வாருங்கள்

உலகம் கணிப்பொறிக்குள் மட்டுமே இல்லை என்பதை உணருங்கள்...

அவள் கற்பனைகளை கை தொடுங்கள்

அந்த வாய்க்கால் வரப்போரம் காதலோடு நடை போடுங்கள்...

அவள் இன்னும் காத்திருக்கிறாள் இளைஞர்படை கைபிடிக்க பூத்திருக்கிறாள்..

அவளையும் நாம் கையோடு கோர்ப்போம்..

தரணியை வயிற்றில் சுமக்கும் அந்த வயலையும்

கோவில் என்போம்..கொண்டாடுவோம்..விவசாயம் செய்வோம்

6.நட்பேசிறப்பென்று

அவன் பார்வையின் அர்த்தங்கள்மாறுகிறது..என்னையும் மாற்றுகிறது..

காதலைக்காட்டிலும் நட்பே சிறப்பென்று..

கூச்சமின்றி அவன் தீண்டல் குளிர் தரும் அவன் அணைப்பு

அருகாமை அவன் பார்வை அத்தனையும் புதிதாய் புரிதலாய்..

புலராத அதிகாலை அவன் வணக்கம்..வாஞ்சையாக..

மலராத என் நாணம் அவன் மையத்தில் ..மங்கையாக..

நான் பேசும் பொய்கள் கூட என்னைச்சுடும் நெருப்பாக..

என் நட்பு பூக்கிறது.. இது அவன் நேசத்தால் உண்டாகிறது..

7.அவள்அம்மாவைக்தவிர

மழலை பருவத்தில் முதல் வாய் சாதத்தில் சுவை குறைவிருக்காது..

முழுவதும் சுவைக்க வயிற்றில் இடமிருக்காது...

ஆனாலும் அவளைப் பிடிக்கும்...

குழந்தைப் பருவத்தில்.. முதல் வாய் சாதத்தை சாப்பிடப் பிடிக்காது..

முழுவதும் சுவைத்ததும் இன்னும் கேட்க மறக்காது... தர மறுப்பாள்...

ஆனாலும் அவளைப் பிடிக்கும்..

இளைஞர் பருவத்தில் முதல்வாய் உணவு நேரத்திற்கு கிடைக்காது..

கிடைக்கும் போது அதிகம் சுவைக்க முடியாது..

ஆனாலும்

அவளைப் பிடிக்கும்...

வயதான பிறகு.. முதல் வாய் சாதத்தில் சத்தியமாய் உப்பிருக்காது..

முழுவதும் முடித்தாலும் மொத்தமும் சுவையிருக்காது..

ஆனாலும் அவளைப் பிடிக்கும்

அவள் சமையலில் - எப்போதும்

அன்பைத் தவிர வேறிருக்காது..

அவள் அம்மாவைக் தவிர வேறு யாராகவும் இருக்க முடியாது...

நமக்கு பசிக்குமென்று அவள் விரதமிருப்பாள்...

நம் பசி போக்க அவள் விரல் வலி சுமப்பாள்...

விறகு சுமக்கையில் முதுகில் (இடையில்) நம்மையும் சுமப்பாள்...

விதி முடியும் போதும் நம்மையே நினைப்பாள்...

அவள் அம்மா...

கடவுள் உலகில் முதலில் குழந்தைகளைத் தான் பிரசவித்தான்...

பிறகு தான் அம்மாவாய் பிறப்பெடுத்தான்...
அம்மா
ஆண்டவனின் மறுபிறவி...

8.அவள்தான்அம்மா..

அவள் அழகில்லை அவள் போல் அழகில்லை..
வானத்தைப் சுற்றும் வல்லூறுகள் வானத்தைத்தாண்டாது
வானம் தான் அழகு..
வாசலைத்தாண்டாத வளையோசைகள் வண்ணநிலவாகாது
அது தான் அவள் பேரழகு..
வானகம் காணாத கற்பனைகள் வாசகம் வரையாது
அவள் கூந்தல் மிக அழகு...
வார்த்தைகள் சேராத கவிதைகள் அவள் விரல்கள் தான்
கவிஞர்கள் அது தான் சிறப்பழகு..
அவள் தான் அம்மா..அவள் அழகில்லை என
யாரிடமும் சொல்லாதீர்கள்..
அவள் போல் அழகே இல்லை என என்னிடம் சொல்லாதீர்கள்.
ஆம்..அவள் அழகில்லை தான்..
அவளுக்கு அழகென்ற பெயரும் தேவை இல்லை தான்..
ஏனெனில் அவள் நம்மை அழகாக்கினாள் நம்மால் அழகாகினாள்..
ஆணுக்குள் மறைந்தே போனாள்
அன்புக்குள் தொலைந்தே போனாள்..
சில தெருவோரச்சாலையில் நடை வண்டி கையோடு
நம்மையும் அழைப்பாள்.
அவள் சமைத்ததை நாம் பசியாற காத்திருப்பாள்..
அவளும் அம்மா தான்..
ஏதோவொரு நடுவீதிக்கடையோரம் கையேந்தி சிலநேரம்
சில்லறையும் பெறுவாள்... சிரமங்களைத் தாங்கி சிரமும் தாழ்வாள்..
அவளும் அம்மா தான்....
எப்போதும் பேருந்து நிலையத்தில் அவள் அழுக்கு கூந்தலை

அப்படியே காற்றில் பரப்பி காற்றையும் அசைப்பாள்..
இடையில் இருக்கும் பிஞ்சை இன்னும் கொஞ்சநேரம்
இளைப்பாறவும் சொல்வாள்.

அவளும் அம்மா தான்..

பலநேரம் வார்த்தைகளில் நம்மை குழந்தை என்பாள்..
வயிற்றுக்குள் நம்மை கடவுளாக சுமப்பாள்..
குடியிருக்கும் சாலைத் தெருவில் வேகமாய் நடப்பாள்..
வேதனைகளை பாதச்சூட்டில் பக்குவப் படுத்துவாள்..
வேகவைத்த பண்டங்களை விற்கவும் செய்வாள்...

அவளும் அம்மா தான்...

அவள் விழியோரம் கருமை படர்ந்து இருக்கும்..
பார்வைகள் ஆங்காங்கே சுருங்கி இருக்கும்..
சுருக்குப்பைக்குள் வெற்றிலை பாக்கும்
அவள் வெற்று வாயில் நம் பெயரும் சேர்ந்து மணக்கும்..

அவளும் அம்மா தான்...

ஆனாலும் அவள் அழகில்லை தான்..
அவள் பெற்காத நமக்கு அவள் அம்மாவும் இல்லை தான்..
ஆனாலும் அவள் அப்படித்தான்... ஏன்
கடவுளும் இப்படித்தான்..தப்பிழைத்தான்.
தப்பிப்போய் நம் கண்முன்னே வந்து நின்றான் ..
அவன் பெயரை அம்மா என்றான் ...

9.சங்கை துணிவோடு ஊதுங்கள்..

ஏன் அந்த பாட்டு பாடிய மேடையில்
எவனுக்கும் அது தவறெனத் தோன்றவில்லை..
பக்கம் நிற்பவனே பளார் என கன்னத்தில் போடவில்லை..
இதைச் சொன்ன என் மீதும் யாரேனும் வழக்குத் தொடருங்கள்..
என்னைக் கைது செய்து கறிச்சோறு விருந்து வையுங்கள்...
என்னைப்பற்றி ஊடகத்தில் விவாதம் நடத்துங்கள்..
வீதிக்கு வீதி என் முகத்தை படமெடுத்து சுவரொட்டி ஒட்டுங்கள்...
உங்கள் நேரத்தை செலவழித்து என்னையும் திட்டுங்கள்
நாளை என்பெயரும் நான்கு பேருக்குத் தெரிய வேண்டும்

கோவில் கட்டுங்கள்...

என் எழுத்தை குறை சொல்லி கொடி பிடியுங்கள்..

தெருவுக்கு தெரு மேடை அமைத்து திட்டித்தீருங்கள்..

என்னைத் திட்டி பத்திரிகை முன்பக்கத்தில்

எனக்கொரு விளம்பரம் தாருங்கள்..நாளைய முதலீட்டுக்கு தேவைப்படும்

உதவி செய்யுங்கள்...

கோவையில், பொள்ளாச்சியில்

நான்கு தெருதள்ளி நமக்குள் ஒருத்தி செத்துப்போனாள்..

அவள் சாவை மறைத்து விடுங்கள்.. காரணத்தை மறந்தே விடுங்கள்..

சால்வை போர்த்தி அந்த சண்டாளர்களுக்கு விழா எடுங்கள்..அதை

நேரலையில் ஒளிபரப்பும் செய்யுங்கள்..

ஒருமுறை நீங்கள் யோசித்துப்பாருங்கள்..

நீங்கள் திட்டித்தீர்த்ததில் எத்தனை பேர் திருந்தினான்

கணக்குச் சொல்லுங்கள்..

நீங்கள் திட்டியதில் எத்தனை பேர் பலன் அடைந்தான்

கணக்கிட்டுச் சொல்லுங்கள்..

நேற்று நீ திட்டியவன் இன்றைய அதிகாரம்..

இன்று நீ ஏசுபவன் நாளைய அதிகாரம்..

உங்களுக்கு தினம் தினம் சாகும் விவசாயத்தை சொல்ல

நேரமிருக்காது..

விலைவாசி விண்ணை முட்டுகிறது எடுத்துச்சொல்ல தோன்றாது..

விளைநிலங்கள் வீட்டுமனையாகிறது கவலையில்லை..

காடெல்லாம் கருகிப் போகிறது கவலையில்லை..

கடலோரம் கத்தும் துப்பாக்கி கவலையில்லை..

கதறும் அவன் குடும்பம் கண்ணுக்குத் தெரிவதில்லை..

காட்டில் தொலைந்த விமானங்கள் காரணம் சொல்ல நேரமில்லை..

கந்தலாய்ப்போன எங்கள் வாழ்க்கை வருத்தம் சொல்ல நேரமில்லை...

விளையாட்டுச் செய்திகள் என்று ஒரு பிரிவு வைத்தவனுக்கு

ஏன்

விவசாயச்செய்திகள் வைக்கத் தோன்றவில்லை...

தங்கத்தின் விலை சொல்லத் தெரிந்தவனுக்கு ஏன்..

தனிநபர் வருமானம் சொல்லும் துணிவில்லை...
விற்கும் விளம்பரங்கள் போடத் தெரிந்தவனுக்கு ஏன்...
விற்பனைப்பொருளின் தரம் கண்டறியத் தோன்றவில்லை..
இங்கு தினமும்
நடிகையின் நாய்க்கு காய்ச்சல் நடுநிலை நாளிதழில்
நற்செய்தி...கூத்து..
நாட்டில் நடப்பதெல்லாம் நல்லவையாம் நடிக்கிறது முக்காடு போட்டு...
போகட்டும் விடுங்கள்..
இன்னும் பிடிக்காத எத்தனை பேரைக் தான் இந்த ஊடகம் திட்டித்தீர்க்குமோ
எனக்கும் தெரியாது ...நாளை விளம்பரம் செய்து சாராயம் விற்குமோ
எனக்கும் தெரியாது..
தொடருங்கள்..
ஊடகங்களே நீங்கள்.. இன்றும் காசுக்கு சாமரம் வீசுங்கள்
நாளை சகமனிதனும் சாவான் அப்போதும் சங்கை துணிவோடு
ஒத்து ஊதுங்கள்..

10.கைகளை நம்புங்கள்.காலம் வசப்படும் ..

விளக்கமில்லா விந்தையான வார்த்தைகள்
சில நேரம் வினயப்படும்.. விந்தையாய் உணரப்படும்..
மூச்சுக்காற்றின் பேச்சு காதுகளுக்கு...
கூதற்காற்று உடலுக்கு.. உலுக்கும் பார்வை ஊடலுக்கு...
ஊதாரி நடை போதைக்கு...
எண்ணமும் எழுத்தும் பார்வைக்கு...
நான் நடந்து செல்கிறேன்..
ஓடுவதாய் சொல்கிறது உலகம்...
நான் உடுக்க உடை தேடுகிறேன்
ஆடம்பரம் என்கிறது அதன் வழக்கம்..
நான் கண்மூடி அழுகிறேன்
நன்கு நடிக்கிறேன் என்கிறது விழிகள்..
நான் நடை பாதையில் விழுகிறேன்
என்னை அபகரிக்க திட்டமிடாதே என்கிறது சாலை..
மீண்டும் எழுந்து நடக்க முயல்கிறேன்

முட்டாள் என்கிறது என் கோலம்...

நான் நிமிர்ந்து பார்க்கிறேன்

கண்ணெதிரே வானம்

கைகளால் கண்ணை மறைக்கிறேன் அவற்றைக் காணோம்..

கண்டு கொண்டேன் கருப்பொருளை

கற்பனைகள் தான் களவுகளின் காரணம்...

காரணம் தேடுதல் விட்டு காரியங்கள் தேடுங்கள்..

கடவுளைத் தேடுவதை விட்டு விட்டு

கைகளை நம்புங்கள்.காலம் வசப்படும் ..

11.என்னைக்கூட்டிச்செல்லுங்கள்

நான் பசித்திருக்கிறேன் ஒரு கைப்பிடி மண் தாருங்கள்..

நான் விதையாகிறேன் ஒரு துளி நீர் தூவுங்கள்..

நான் ஏங்குகிறேன் ஒருமுறை அணைத்துச் செல்லுங்கள்

நான் ஊளையிடுகிறேன் ஒருமுறை ஊரைக் கூட்டிச் சொல்லுங்கள்..

நான் அலறுகிறேன் ஒருமுறை அர்ச்சித்து செல்லுங்கள்

நான் அறிவுரைக்கிறேன் ஒருமுறை அசரீரி கேளுங்கள்..

ஆவும் நானும் ஆசையும் சோறும்

சோழனும் மாறனும் ஆயர்குல ஆண்டவனும்

என்னைத் தின்றே வளர்ந்தார்..

ஏன் இப்போது என்னை மறந்தார்..

மறந்தோர் பலர் இன்னும் இருப்போர் சிலர்...

இப்போது மறப்போர் சிலர்

நாளைக்காலை மரிப்போர் உளர்.....

என்னைக் கூட்டிச் செல்லுங்கள்

நான் உயிரை கூட்டிச் செல்கிறேன்.. என்னை கூடிச் செல்லுங்கள்

உங்கள் உயிர் வாழ நான் கூனிக்குறுகி நிற்கிறேன்...

12.உழைப்பைசெலவழி

காலம் கடத்துகிறது நம் ஆசையையும் அறிவையும்

கண்களிலிருந்து கால்களை நோக்கி...

• 11 •

கால்கள் தடுமாறுகிறது பசியையும் பாரத்தையும்

வயதையும் வாழ்க்கையையும் தாங்கி..

முற்பாதி ஏதோ பிறந்தோமென ஒரு வாழ்க்கை வாழ்ந்தால்

பிற்பாதி விசமாய் முடியும்...

ஏதாவது முடிந்தவரை செய்திருந்தால் இரண்டாம் பாதி விடியும்...

அது உன்னால் முடியும்...

காலம் கடத்திப் போவது ஆசையை மட்டு மல்ல

உன் ஆயுளையும் கூடத்தான்...

ஆனால் அறிவோ என்றும் கண்களையே நம்புகிறது..

காட்சிப்பிழைகள் கொண்டு கனவில் மட்டுமே சுகமாய் வாழ்கிறது ....

தப்பிப் பிழைப்பது சிலர் தான்

தகப்பனின் கை வழியில் தூங்கி... இன்பம் தொலைத்து

இருதய வலியோடு இறக்கும்வரை தயவோடு....

தடம் பதிப்பவர் சிலர் தான் தன் கை வலியைத் தாங்கி...

இன்பம் தெரிந்து இருக்குமிடத்தில் இறக்கும்வரை இயல்போடு...

வாழ கற்றுத் தருகிறது வாழ்க்கை...நாம் வசமாய்

வசதிக்குள் மாட்டிக் கொள்கிறோம்...

தேடலில் ஓடும் வாழ்க்கை தேடலின் எல்லை தெரியாமலேயே முடிவுறும்..

தேங்கிய கண்ணீரோடு கண்கள் மண் தின்று மகிழ்வுறும்...

உடலை சேமிக்கப் பழக்கு..அது சேமித்ததை செலவழி...

சேமிப்பு என்பது உன் உழைப்பு தான் என நம்பு...

உழைப்பை செலவழி உலகம் உன் விழியில் அழகாகும்.......

13.இவளிருக்கஇன்னொருபோதைஎதற்கு.....

பொண்டாட்டி இல்லாத கணவர்களுக்கு மட்டுமே தெரியும்

அவள் ஒரு போதை என்று...

அவள் தலைக்கேறுகையில் தடம் புரள்கிறான்...

அவள் தலை தட்டு கையில் இவன் தூக்கம் கொள்கிறான்...

அவள் பேசுகையில் நாக்கு குழறுகிறான்...

அவள் சிரிக்கையில் இவன் நினைவு தப்புகிறான்...

அவள் கை பிடிக்க கால் தள்ளாடுகிறான்...

அவள் எதிர் நின்றிருக்க இவன் தலை சாய்கிறான்...

அவள் விலையேற்ற (வருமானம்) இவன் வியர்வை வடிக்கிறான்...

அவள் சம்மதிக்க இவன் நடிக்கிறான்....

அவள் கண்ணோடு இவன் வாழ்கிறான்...

அவள் கழுத்தைத் தாண்ட இவன் வீழ்கிறான்...

அவள் கற்பனையில் இவன் வலி மறக்கிறான்...

அவள் வழி சொல்ல இவன் வாழ்க்கையை மறக்கிறான்..

அவளை மதிக்காமல் இவன் குடிக்கிறான்...

இவன் குடிக்கையில் அவள் மதியாய் மாறுகிறாள்....

இவளிருக்க இன்னொரு போதை எதற்கு.....

14.நான்இலக்குஅறிவேன்

போதும் என்று ஓடத் தொடங்குகிறேன்...

எதிர் திசையிலும் நானே ஓடுகிறேன்...

எங்கோ ஒரு மூலையில் கூக்குரல் கேளி செய்ய

மீண்டும் ஏணிப்படி... ஏன் இப்படி என

என்னைத் துரத்த ஓடுகிறேன் நான்

எனக்குள் என்னை வெல்ல

உலகிற்கு என்னைச் சொல்ல....

ஒரு வேட்கை ஒரு வெற்றி

நான் சிரிக்க அந்த நேரத்தில் நானே என்னைப் பார்த்து சிரிக்க...

ஒற்றை மனிதனாய் பிறந்து ஓட்டிய வயிற்றோடு வாழ்ந்து

ஓட்டைக் குடிசைத் தண்ணீர் ஒரு சேர தூக்கம் தொலைத்து நாங்கள்

வாழ்ந்திருந்த காலம் வெல்ல.....

மூவரும் ஒரு திசையில் மூளைக்குள் ஒருவராக

மூன்று முகமும் முழுமதி கனவும் வெல்ல......

ஓட்டும் இரத்தம் உதிரும் மட்டும் கை கால் நரம்புகளில் வெடிச்சத்தம்...

வேடிக்கை பார்வைகள் தூரமாய் ஒதுக்கித் தள்ள.....

நான் இலக்கு அறிவேன்

என் கால்கள் அதை அறியும்

அறிவியல் கோட்பாடுகளில் என் மனத்திறனை அளவிடலாகாது...

எட்டுத் திசையும் என்னோடு ஓட...

எட்டிப் பிடிப்பேன் என் மூச்சோடு என்னை....

என்னைப் பெற்றதும் எனக்காய் பிறந்ததும்

ஏதும் அறியா என் பிஞ்சும் நெஞ்சோடு கொஞ்ச நேரம்

கெஞ்சலும் கேலியுமாய் நெற்றிக்கண் பார்வை விலக்கி

புழுதிக் காற்றில் வல்லூராய்....

வட்டமாம் உலகம் வாழ்க்கைத் தத்துவம் அடக்கம்

நான் சுற்றி வருவேன்.... சுருக்கமாய் சொல்ல

சுழல் காற்றாய் வருவேன்...

நான் வெல்வேனடி என்னை நம்பு...இல்லையேல்

ஒதுங்கி நில் ஏன் வம்பு...

நான் ஒருநாள் ஓடிக் களைத்து வருவேன்...

அன்றி ஓய்ந்து வர மாட்டேன்...

இது தான் சத்தியமென்றால் நான் என் தலைவன் மீது

ஆணையிடுகிறேன்.. நான் தமிழன்.. வெல்லா விட்டாலும் தோற்க மாட்டேன்.

துவண்டு போய் மட்டும் வீழ மாட்டேன்......

15.கறிக்கடைகாதலில்லை...

காட்டுப்பறவைக்கு கற்பிலக்கணம் தேவையில்லை.

கூடியது கேடு போனால் வாழ்ந்தது ஏதுமில்லை..

காட்சிப்பிழை மய்யத்திலே கற்பித்தல் தானே பிழை..

கருவுக்கும் கற்பிற்கும் கற்பனைகள் தானே பிழை..

கயமை ஒருவனோடு உயிரோடு உயிர் சேர்தல்

ஒழுக்கம் உழவனோடு ஒருமுறை பயிர் சேர்தல்..

கண்டதை கற்பித்தான் பண்பாடு பறை எங்கே..

பறைக்கும் மேலைநாட்டிசைக்கும் ஒருசேர நடையெங்கே...

மாற்றான் மாற்றத்தை மகிழ்வோடு ஏற்றிட்டோம்..

ஏடெல்லாம் நாம் கொழுத்தி போகியை கண்டிட்டோம்..

வீட்டுக்குள் பாம்பு வர படலையும் பூட்டிட்டோம்.

வீடுகளே பாம்பாய் மாற விதியின் விளையாட்டில்

நுனி நாக்கில் விசம் கொண்டோம்...

அச்சம் போயிடுச்சாம் மடம் மறந்திருச்சாம்

நாணம் நாளாகிடுச்சாம் நானறிந்த முகநூலிலே...

அவித்த ஆடை தூக்கி உணவு செய்யும் ரோட்டுக்கடை..

மூடியே வைத்திருக்கும் தூசியில்லை உணவினிலே...

கேட்டுப்பார் கேணையென்று

காரி உமிழ்க்கும் மடமை கூட்டம்

மனசுக்கு நீதி கேட்டு மாடாய் அலையும் நீதிமன்றம்..

எப்படிப்பு கேடு தரும் கேட்டுப்பார் உன்னிடமே..

கேள்விக்கு பதிலிருக்கா..

இல்லை..

மேலும் கேட்டும் பார்..

உன்னைப் பெற்றவளிடமே..

அவள் தருவாள் ஆயிரம் பாடம்..

அகம்காணா அற்புத ஆசி. அவள் தானே முதல் வாத்தி.

எங்கே போச்சு உன் புத்தி..

காதலொன்னும் கேடு இல்ல காசு பணம் பார்த்ததில்ல கதகதப்பு தேடிப்போக

கறிக்கடை காதலில்லை...

16.சாமி — நீஇருக்கியா

வசைபாடும் வாழ்க்கை வளைக்கிறது....

முதுகு தண்டுவடம்

மூளையைத் தின்னும் வரை வலிக்கிறது....

காலை கடன் கடமைக்கு அழைக்கிறது ...

கடனுக்கு வட்டியும் தலை தின்றே விழிக்கிறது....

வார்த்தையில் சொன்னா வலிமை இல்லா மூன்றெழுத்து..

வாழ்ந்து பார்க்கவும் வாழப்பிடிக்கா நான்கு எழுத்து...

அடிமேல் அடி வைக்கும் ஒரு கூட்டம் ...

அழுதாலும் கண்ணீர் வெளியே தெரியாமல் வாழும் ஒரு கூட்டம் ....

இது தான் வாழ பிடிக்கா நான்கு எழுத்தோ....

வாழ்வுக்குள் பிடிபட்ட அந்த மூன்று எழுத்தோ...

கடவுளும் இருக்கின்றானா -அவன் காசுக்குள் மட்டுமே

குடி கொண்டிருக்கின்றானா — இல்லை காசு உள்ளவன் மட்டும்

கடவுளை தத்தெடுத்து வளர்க்கின்றானா..

தறிகெட்டு ஓடுது

கேள்வி கேட்கா மனது... தடுமாற்றங்கள் ஏனோ வருது...

உழைப்புக்கு ஊதியம் இல்லை உழவனுக்கு உணவில்லை

குடிமகனுக்கு குடிக்க நீர் இல்லை காரணம் எதற்கும் காசு இல்லை...

இது யார் செய்த பாவம் யார் செய்த பாங்கு யார் செய்த பணம் ...

உழைப்பை எதைக் கொண்டு கணக்கிட்டான் பணமாக ....

பசியாற்றும் உணவை எப்படி கணக்கிட்டான் பணமாக ...

உண்மை உரைக்கிறது — இந்த உலகுக்கு புரிகிறதா ...

ஒரு கிலோ அரிசியும் ஒரு ரூபாயும் சமம் என்றால் அரிசிக்குப் பதிலாக ஒரு முறை

— அந்த பணத்தை தின்று பாரேன் ...

இது அரசியலா ஆளுமையா

அடிமையாக்கியே ஆளும் வர்க்க சூழ்ச்சியா —

இதைக் கேட்க ஆண்டவனும் இருக்கிறானா ....

இனிமேல் ஆள்பவனும் கேட்பானா ....

வாயைத் திறந்து கொண்டே வரும் புதியவர்கள் —

வாய்க்குள் பணத்தை வைத்து திணிப்பதும் — ஏனோ

பிணம் போல ஆகிறார்கள் ....

போதுமடா சாமி — நீ இருக்கியா — அந்த இடத்தை முதலில் காமி....

17.விவசாயிகைகொண்டேகளையெடுப்பான்

அதிகாலை விடிந்தது 1947ல் அடிமை விலங்கொடித்து

அரியாய் நாம் நிமிர்ந்தோம்..

ஆட்சியமைத்தோம் பெருமையோடு ஆண்டாண்டு காலமாய் ஆண்ட

வெள்ளையனை வேரறுத்த திமிரோடு..

ஆட்சிகள் சில கண்டோம் குறுக்கும் நெடுக்குமாய் ஆங்காங்கே

ஆதிக்கமாய் அரசனாய் கக்கனையும் காமராசனையும்

அறிவே மெச்சும் அண்ணாதுரையையும் நாம் பெற்றோம்

தமிழோடு நாம் வளர்ந்தோம்

அவர்கள் கண் துயிலும் காலம்வரை....

கழகமொன்று ஆரம்பம் கருப்பு நிறத்தோடு

கண்ணாடி மூக்கோடு

பெருங்கவி கொண்ட காளைதனை கலைஞராய் நாம் கண்டோம்..

இருளை கிழித்துக்கொண்டே ஒளி வீசிய சூரியனை நாம் கண்டோம்..

கயமையெல்லாம் ஒழித்து தமிழை காத்திட்ட நெறிகண்டோம்..

என்னானதோ விந்தையாம் கணிதப்பிழையாம்

வெள்ளைத்தொப்பியோடு வெளிறிய மனதோடு

இரத்தத்தின் இரத்தமாம் எம்ஜிஆராம் அவர்

இதழ் விரித்த இரட்டைஇலைக்கு இருதயமாய் நாம் துடித்தோம்..

மீண்டு வந்த தமிழகத்தை மீளா துயரதிலே ஆழ்த்தி

தூங்கிவிட்ட அன்னாளில் கண்ணீரோடு விடை கொடுத்தோம்

விடியா இருளில் மாட்டிக்கொண்டோம்...

இருமாப்பாய் இரட்டைஇலையாய்

இருகரம் கொண்டு பாதுகாத்து

பார்க்கும் இடமெல்லாம் தமிழக தெருவெல்லாம் தன்னை

தன்னிகரில்லா தலைவியாய் ஜெயித்திட்ட ஜெயலலிதாவை

நாம் பெற்றோம் நலமடைந்தோம்..

மீண்டும் ஏதோ கணிதப்பிழை கள்வர் கூட்டம் கணக்கெடுத்த

பக்கமெல்லாம் பணமழை பதறிப்போய் நாம் துடிக்க..

ஆங்காங்கே களவுக்காளான் களைகளாக நாம் கண்டோம்...

கதறிட கூட்டமில்லை கட்டியழ ஆளுமில்லை

கண்ணைக் கட்டிவைத்தே அம்மாவை கல்லறைக்குள் பூட்டி வைத்தார்..

ஆளுக்கொடு சட்டம் போட்டார் ஆங்காங்கே திட்டம் போட்டார்

மாட்டுக்கு நீதி என்றார் மனிதனைக் கொல்லப் பார்த்தார்

மானமுள்ள தமிழ்மக்கா மடை திறந்த வெள்ளம்போல் ஓடிவர

பூணூல் கூட்டமாங்கே பூட்டியது தம் சட்டக்கதவை...

அன்றோடே நம் ஒற்றுமை நம் கனவு எல்லாமே கண்மூடி தூங்கிருச்சா....

தலைமையில்லா நம்நிலத்தில் களையெல்லாம் இப்போ

கழனியெல்லாம் நெறைஞ்சிருச்சு..

கழனியை காக்கணுமே கைவைத்து ஏர்பூட்டி சூரியனைத் தூர்வாரி

இரட்டைஇலை களைகளையும் நாம்பறித்து

தமிழ் கழனிகளை தூய்மையாக்க வேணுமே

தன்மான தமிழ்குடியே கழனியை சுத்தம் செய்ய

விவசாயி தான் வர வேண்டுமே..

அவன் மட்டுமே களை பறிப்பான் களைகளை அவன் அழிப்பான்

ஆற்றல் கொண்ட நம்கழனியை காத்திடும் கரமாவான்..

நம்பிடு நீ விவசாயியை அவன் விளைவித்த விளைச்சலிலே

விசத்தை விளைவித்ததாய் சரித்திரத்தில் சான்றில்லை...

சாத்தியம் என்று ஏதும் வேண்டாம்

அவன் சாதிப்பான் கவலை வேண்டாம்..

விவசாயி களைகளை பறித்தே சரித்திரம் படைத்திட

உன் விரல் கொடு போதும் வாக்குக்காக

வேறொன்றும் தேவையில்லை பொதுவாக....

தமிழனின் தேவைகள் யாவும் தீரும்

அந்த நாளும் வந்தே தீரும்....

கனவோடு நாம் நிற்போம் தமிழனோடு..

களைகளை விவசாயி கைகொண்டே களையெடுப்பான் திறனோடு...

2. காதல்

நான்இயலி ...

1.தொடக்கம்

இதழ் கடந்த அவனது கைகளுக்கு

இப்போது அனுமதி எப்படிக் கிடைத்தது

ஏன் எனக்கு அவன் கைகளை தடுக்கும் எண்ணம் வரவில்லை ...

அவன் தேனெடுக்கவோ என்னை மலர் போலத் தீண்டினான் ..

நான் தேன் கூடு அல்லவா

ஏன் தேனீக்கள் கொண்டு அவனை கொத்திட மறந்திட்டேன் ..

மறுத்திட்டேன் ...மதி மயங்கி நின்றிட்டேன் ...

அவன் நாளை எனக்கு மாமன் ஆவானா ••• மாலை சூடுவானா...

மாங்கல்யத்தை கழுத்தில் கட்டி என்னை மனைவியாய் மாற்றுவானா ..

மண்டைக்குள் ஏதேதோ கேள்வி .. ஆனாலும் மலர் தான்

வண்டிடம் தோற்று மயங்கி நின்றது•••

அவன் கண்களைத் தாண்டினான் காதுகளைத் தீண்டினான்

இதழ்களைத் தாண்டி இமைகளை மூடும்வரை ரசித்தான்..நேசித்தான்..

நான் விம்முகிறேன்.. தேம்புகிறேன்

அவன் விரல் இடையே விடை தேடுகிறேன் ..

விதி இனி இதுதான் என்றால் வருவது வரட்டும் என

இறைவனை இமைகளுக்குள் மூடுகிறேன்

மாராப்பை தீண்டும் காற்றை மூச்சுக்குள் போக அனுமதிக்கிறேன்...

....

....

இந்தக் கதையை அவன் இப்படித்தான்

இருதயத்தின் மீது எழுதினான் இமைகளை நான் மூடிக்கொள்ள

இதழ்களைக் கொண்டு தொடங்கினான்..

அவன் விரல்கள் பாம்பாக நானோ பாலோடு சேர்த்து

பழமாக படையலாக படைத்தான் .. பூவை பூசித்தான்..அவனே

பூசாரியும் ஆனான்..பூவசரணும் ஆனான்.

இடைஞ்சலான கார்குழலை மூச்சுக்காற்றால் எரித்தான்..

வேண்டாம் என்று சொல்ல நான் வார்த்தைகளைத்தேட

என் இருவரிகளிலும் அவனே நிறைந்திருந்தான்

எனது வார்த்தைகளையும் அவனே உச்சரித்தான்..உண்டான்..

எழுதுகையில் மைதீரத்தீர இமைகளில் எடுத்துக் கொண்டான்

இடை இடையே கோர்வைக்கு என் வியர்வை துளியை சேர்த்துக் கொண்டான்..

நான் அப்போதும் குறுக்கே தடுக்க மறந்தேன்..

குறுகிய இடங்களில் தாங்கிக் கொண்டேன்

இது தப்புத்தான்

தாவணியை புறம் தள்ளிய அவன் கைகளின் தப்பு மட்டுமல்ல..

அதை தடுக்க மறந்த மறைப்பும் தப்புத்தான்..

அவன் தப்பித்தான் தப்பாமல் தப்பை செய்து தப்பித்தான்..

நான் தப்பானேன் ..

தாவணியை தொலைத்தே சேலையானேன் ...

நான் தரம் குறைந்தேன் தாரமாய் போகும் நிலை சரிந்து தரகானேன்..

ஏனடா ..இப்படி என்னை செய்தாய்யென

கடவுளிடம் மட்டும் தான் நான் கோபித்தேன்..

அவன் கொலையறுத்த என்காதல் அது

இப்போதும் காமமில்லை என நம்பிட்டேன்..

இப்போதும் கண்ணீரோடும் அவன் நினைப்போடும் வாழ்கின்றேன்

1. அவனைகண்டபொழுது

கதர்

சட்டைக்குள் நீ உன்னைக் கைப்பற்ற நினைக்க மாட்டேன்..

கவனி

சாளரத்தின் ஓரம் சாரல் பின்னாலிருந்து உன்னைக் கட்டியணைக்க

விரும்ப மாட்டேன்..

பார்

கன்னத்தில் குழி அதில் மூழ்கிப் போக நினைக்க மாட்டேன்..

நேர்

காகிதத்தில் எழுத்துப்பிழை உன்னை பிழை திருத்த அழைக்க மாட்டேன்..

நிலை

கண்ணாடியில் நெற்றிப் புளை உன்னை நெஞ்சுக்குள் ஓட்ட மாட்டேன்..

வளை

கட்டிலின் ஓரம் தூதம் கண்டு உன்னை இறுக்கி அணைக்க மாட்டேன்..

கலவு

தூக்கத்தில் இதழ் மேல் ஈரம் உன்னை இளைப்பாற எழுப்ப மாட்டேன்..

முடிவு

உறக்கம் வரும் வரை வாழ்வோம்..

உன்னை வழிப்போக்கனாய் தொலைக்க மாட்டேன்..

இத்தனை தூரம் தான் என் பிரிவு..

உன்னை காதலிக்க மறக்க மாட்டேன்..

3.அவனுக்குஒருகடிதம்

கள்வரே

என் பேச்சைக் கேட்பீரா..மாட்டிரா...

இரவில் நட்சத்திரமாய் உன்னைத்தான் வரச்சொன்னேன்..

ஏன் நீர் நிலவாக வந்தீரோ..

இமைக்குள் அல்ல இருதயம் கடக்கச் சொன்னேன்..

ஏனோ நீர்..

இடம் தேடி அலைந்தீரோ..

இப்போது அல்ல அப்புறமாய் அழைக்கச் சொன்னேன்..

ஏனோ நீர்..

அந்தியில் உறங்கினீரோ.....

அரசமரம் நிழல் தாண்டி நாணும் புதராய் நானிருந்தேன்..

பகலோடு இரவும் செல்ல

நான் அப்பொழுதே அழுகை கொண்டேன்...
நீ வந்திடக்காணோம்
என் வாய்மையும் காணோம்.. வனமெல்லாம் கண்ணீரை ருசிக்க..
நான் விடை தேடி மீண்டும் வீடு வந்தேன்...
இப்பொழுதும் முப்பொழுதும்
உன் நினைப்பே உள்ளுக்குள் ஓடுதய்யா..
ஒருமுறை நீ தந்த முத்தம்
முடிவு வரை வேண்டுமய்யா...
அன்று அவசரமாய்
நீ தந்த ஆற்றங்கரை முத்தமொன்று..
அலையடிக்குது நெஞ்சுக்குள்ள
அடுத்தெப்போ தரப்போற...
அவதிகள் சில நேரம் அடிமனசுக்கும் உண்டய்யா..
அவசியம் ஒருமுறை
அகல் விளக்கோரம் வாருமய்யா...
நான் ஒரு சேதி சொல்ல
நான்முகன் சிலையோரம் காத்திருக்கேன்..
நாளைப் பொழுதில் நீ
நஞ்சைப் போல வந்திடய்யா...
நீ உண்ண மட்டுமே இனிப்பாகும்
என் பொழுது -
மறுத்திட்டால்
கரிக்கட்டையாகும் என் மனது....
இந்த முறை மட்டும்
நான் சொல்வதைக் கேளுமய்யா..
இமை சொன்னதை
இருதயம் கேட்டுச் செய்தால்..
இதழும் இனிக்கும்.. இன்பமும் பெருகும்..
இமை நீயாக இருதயம் நானாக இருந்துவிட்டுப் போவோமா..
இல்லை..
இப்போது கிடைத்தது மட்டும் போதும் என்று

இன்னொரு முறை பிறப்போமா..

இறுதியாய் ஒருமுறை

இதழ் பதிக்கிறேன் இப்போதும் கடிதத்தில்.... இதைப் புரிந்து கொள்

நீ எப்போதும் என்

இருதயத்தில்.....

4.அவனுக்குஒருஇரகசியம்

உனக்குத் தெரியாத ஒர் இரகசியம் சொல்கிறேன்..கேளடா..

நேற்றிரவு, நீ என் வாசல் வந்தாய்..

வாசலில் வாத்தியமாய் முணுங்கல் சத்தம் செய்தாய்..

என் பெண்மை விழித்துக் கொண்டது..

மெல்ல நான் கதவை நோக்கி நடந்தேன்..

காலடிச்சத்தத்தில் உன் கவனம் கலந்தேன்..

கதவின் தாழோரம் தலை சாய்ந்து இருந்தேன்..

தவிப்போடு உன் குரல்

தவணை முறையில் நான் இரசித்தேன்...

இன்னும் இரண்டு நொடி இப்படியே கடக்க..

இப்படியும் ஒர் நாள் இனிமேலும் பிறக்க...

இதழ் கொண்டு உன் பெயரை கூசிட்டேன்...

இதழோரம் மை தடவி உன் கைரேகை பதித்திட்டேன்..

நீ..ஆமாம்..என்கிறாய்

நான் ஆகட்டும் என்கிறேன்.. நீ சாளரத்தின் மேல் தாவி

மேல்முற்றம் வருகிறாய்..

வெள்ளைப்புறா வெட்கத்தில் வெண்ணிலவாய் நான் வருகிறேன்...

உன் கண்கள் மேய்ந்ததில் நான் பசியாகிறேன்..

ஏன் .. இப்போது வந்தீர் என வகை வகையான பொய்கள் கேட்கிறேன்..

நீ சொன்னது கேட்கவில்லை

ஏனோ இதழ் அசைவை மட்டும் உணர்கிறேன்..

இது உகந்த நேரமில்லை

நான் உட்கார தோள் தொட்டு அழைக்கிறேன்..

உடல்கள் அமர்ந்திருக்க ஆவிகள் காற்றில் மிதப்பதை காண்கிறேன்..
இது கனவா..இல்லை நிசமா என கைகளை கிள்ளிப் பார்க்கிறேன்..
அச்சச்சோ..கண் விழித்து எழுகிறேன்...
ஏண்டா..வந்தாய்..நீ.. என்னிடம் கேளாமல்.. எச்சரிக்கை அடுத்த முறை
கனவில் வேண்டாம்... நிசத்தில்..வா..

5.அவனுக்குதெரியுமோஎன்நிலை

பலமுறை நான் பசியோடு தான் உறங்கியிருக்கிறேன்
கனவிலாவது நீ தருவாய் என்று வாய் மூட மறுத்திருக்கிறேன்.
பச்சைப்புல் பசுவிற்கு படைத்தவனுக்கு
பசுமைப் புல் எனக்கும் தர மறந்ததேனோ...
குருவிகளுக்கு கூடுகளை அமைத்தவர் யாரோ..
என்னை குருவியாக படைக்க மறந்ததும் ஏனோ...
உடையின்றி ஊர் சுற்றும் ஒற்றைக் கழுகுக்கு
ஒதுங்க ஓரிடம் மலை உச்சி மேலே..
ஒதுக்குப்புறமாய் கூட என்னையும் சேர்த்து ஒதுங்க ஒருள்ளம் தர மறந்தாயே...
பகலுக்கும் இரவுக்கும் பேதங்கள் உண்டு
படுக்கை பயணங்களில் ஏன் பேதை மை மட்டுமே கண்டாய்...
மஞ்சளும் மாம்பிஞ்சும் மாட்டுப் பொங்கலிலாவது விற்றுத் தீரும்..
மணமேடைக் கடையில் ஏன்
என்னை விற்பனைப் பொருளாக்கினாய்..
இதை நினைக்கையில் ஏனோ பலநேரம்
என் முந்தானை ஓரத்திற்கு விக்கல் எடுக்கும்
என் கண்கள் கொஞ்சம் தண்ணீர் கொடுக்கும்..
இது தான் எனது வாடிக்கை
வாழ்வில் அழுவதும் இப்போது எனக்கு வேடிக்கை..
வெறும் கையை கூப்பி கும்பிடு போட்டு
உன் கால்கள் பிடிக்க காத்திருக்கும் – என் முன் நிற்கும்
மாராப்பைக்காட்டிலும் என் மனதோடு ஆசைகள் கொஞ்சம் தான்...
இப்போதும்

நான் அச்சுப்பிழை தான்... என்னை எழுதிய

கவிதை என்று சொன்னால் அது தப்புத் தான் ..என்னை

மதுக்கலப்பில் எழுதினானோ பிரம்மன் அது

அவன் தப்புத் தான்.....

என்னவனே... நான் என்ன செய்வேன்..

6.அவனிடம்ஒருகோரிக்கை

கவிதைகள் சொல்லத்தான் வந்தேன்... கவிதை ஒன்று சொல்ல வந்தேன்.. கவிதை-

யாய் நான் என்ன சொல்ல வந்தேன்.. கவிதைக்குள் நான்

என்னைச் சொல்ல வந்தேன்... எண்ணம் எல்லாம் சொல்ல

எழுத்தும் என் வசம் இல்லை...

எதுகை மோனை அல்ல நான் எண்ணுவதை எல்லோருக்கும் சொல்ல..

எனக்கும் ஒரு மனம் அதற்குள்ளும் ஒரு மனம்..

அதற்குள் துடிக்கும் ஆசைகள் ஒரு வரம்..

வரமாக நான் பெற்ற என் காதல் சொல்ல.. வரவில்லை

உள்ளே அவன் என் மனதைக் கொள்ள...

மனதுக்குள் தினம் சலனம் அவன் முகம் அது கொடுக்கும்..

அவதிகள் பல சொல்ல அகழியாய் நானும் காதலினுள்ளே....

கைபிடிக்க வாருங்கள் ஒரு கைப்பிடி காதல் தாருங்கள்..

கட்டியணைக்க காத்திருக்கிறேன்..

உன் கையளிக்கும் அந்த கையடக்க மாங்கல்யத்தை உன்னோடும் எப்போதும்......

7.அவனுக்காய்காத்திருந்தபேருந்துநிறுத்தம்

காலை முதல் காதலில்லை...

காதலைத் தாண்டிய தேடலுமில்லை...

கண்கள் உன்னை தீண்டவுமில்லை..

கண்ட நொடி இமை மூடவுமில்லை....

காலின் பெருவிரல் தாண்டவுமில்லை....

கன்னி விழி தாண்டி தீண்டவுமில்லை...

கனவில் கைபிடித்து இழுக்கவுமில்லை...
கட்டியணைத்து கந்தல் கிழிக்கவுமில்லை...
கம்பன் காதோரம் இசைக்கவுமில்லை..
காம்பை பிய்த்து கைகளில் கொடுக்கவுமில்லை..
சிறிய கோலிக்குண்டு தான் அவள் கண்கள்...அவை
கடந்தும் அழகு தான் அவள் வளங்கள்...
இருகரையோரம் பூக்கள் நாணம் கடந்தும்
கரைகடந்த ஆறு தான் அவள் சிரிப்பூக்கள்...
முகம் மழலை குழப்பிய சாதம்
மண்ணும் இன்று மகிழ்வோடு உணவருந்தக் கூடும்
தீண்டும் அவள் பாதம்.....
மாதத்தில் இப்படியோர் நாள் தொடக்கம்
இன்னும் பல மாசங்கள் மடியோடு தேங்கி நிற்கத் தயக்கம்....
காதலை ஒற்றைச் சொல்லில்சொல்லிப் போகவிரும்பும்....
விரல் கூடி,ஒருவர் மூவராய் மாறி திருமணத்தை...தாண்டிப் போனதால்
இந்த நிறுத்தம்...
இந்த நேரம் வருத்தம்....

8.அவனுக்கானபதில்

எனக்கு ஆண் நண்பர்கள் அவசியம் தேவைதான்..
அவர்களின் அரவணைப்பு அத்தியாவசிய தேவைதான்..
ஆண் என்பது மீசைக்குள் இல்லை..
சேலைக்கும் மீசை முளைக்கும் அது எனது ஆசையின் எல்லை..
அவ்வப்போது காதல் அடி மனசில் எழுவதில்லை.
அத்தனை ஆசையும் காதல் என்று உணர்வதில்லை..
கண்களின் தேவை என்ன கனவுகளுக்குத் தெரியும்..
கைம்பெண் கனவுகளில் காதலன் எப்படி வர முடியும்..
இன்னும் வார்த்தைகளில் இனிக்க காதல் சொல்வேன்..
வருத்தம் எனக்கில்லை.. வறுமை வாலிபத்திற்கு வயதொன்றும் தடையில்லை...
வம்புக்கு வளை இழுக்கும் வாலிபம் கணக்கில்லை..

கணக்கை முடக்கும் வரை காதலிப்போம்.. கவிதைக்கு குறைவில்லை...

9.இரவுநேரகோரிக்கை

தினசரி இரவில் என் சேலை நுனியில் உன் தூக்கம் வேண்டும்
சொப்பனமா....சொர்க்கமா..
தினசரி கனவில் என் கைவிரல் நகத்தில் உன் முத்தம் வேண்டும்..
தூரமா..துயரமா...
தினசரி பகலில் என் கண்ணிமைக்கும் பொழுதில் உன் முகம் வேண்டும்..
வினையா..விதியா..
தினசரி நடுவில் என் நான்கு அறை மத்தியில் உன் மூச்சுக்காற்று வேண்டும்..
வசமா..வசதியா..
தினசரி சிரிப்பில் என் இதழ் வரி இனிப்பில் உன் பெயர் வேண்டும்..
வரைவா...பதிப்பா..
தினசரி நாளில் என் வாழ்க்கை பயணத்தில் உன் கைகள் வேண்டும்..
காதலா...காமமா..

10.அவன்என்னைஏமாற்றினான்

நீங்களே.. கேளுங்கள்...
நான் உன்னை மட்டும் தான் காதலித்தேன் என என்னவன் சொல்லவில்லை..
நான் உன்னை மட்டும் தான் காதலிப்பேன் என நானும் சொல்லவில்லை...
நான் உன்னை இப்போதும் காதலிக்கிறேன் என்பதை அவன் மறுக்கவில்லை..
நான் நேற்று வரை உன்னைத்தான் காதலித்தேன் என்பதை
நானும் மறந்திருக்கவில்லை...
நான் உன்னைப் பார்க்கணும் என்பதை அவன் ஏற்கவில்லை..
நான் அவனோடு என்னைப் பகிரணும் என்பதை மட்டும்
ஏனோ கேட்கிறான்..
வெட்கம் வேதனைகள் எப்போதும் எனக்கு மட்டுமா..
என் மனசையும் ஒருமுறை உன் பார்வை தீண்டுமா...
விளக்குகள் போலத்தான் நானும்

உனக்கு இரவு வரை..

வேடிக்கை பார்த்தாயா

கடவுளே என் காதல் கட்டில் வரை... அவரிடம் சொல்லுங்கள்..

கசப்பு மாத்திரைகள் வாய்க்கு பிடிக்காது..

கருவில் கொன்ற என் காதல் மீண்டும் பிறக்காது...

நீ சென்ற தடம் வயிற்றுக்கு வலிக்காது...

என் இருதயம் மட்டும் இன்னும் துடிக்கிறது..

அதற்கு இதழ்கள் கொண்டு உன் போல் நடிக்கத் தெரியாது....

11.அதிகாலையின்தேடல்

குளிருகிறது அதிகாலை இப்போது நீ தேநீராய் வா..

குழம்புகிறது அந்திமாலை அப்போது நீ குழப்பமின்றி வா..

ஆடையோடு ஒரு தேநீர் கோப்பை அதனருகில் நீயும் நானும்

அதிகாலை ஏன் இப்படி விடியக்கூடாது...

அவசியம்தான் நீ ஆடையாய் ஏன் இருக்கக்கூடாது..

அந்தத் தூக்கம் தூக்கிப்போக ஆசைகள் எல்லாம் அசைவின்றித் தூங்க..

அதிகாலை வெயிலாய் ஏன் நீயே தீண்டக்கூடாது

அவசியம் தான் ஏன் நீ என்னை தூக்கிப்போகக்கூடாது..

அமைதியாய் மூச்சுக்காற்று ஆனந்தத்தில் அருகில் நீ

அவசியம் தான் எனக்கு நீ ஏன் மூச்சுக்காற்றாய் இருக்கக்கூடாது

எனக்கு முழு உயிராய் மாறக்கூடாது..

12.ஆண்களின்மீதுகோபம்

வெடித்த ஒரு பூவில்

தேன் குடிக்கும் ஒரு வண்டு தேவைகள் என்னவோ..

தேவதைக்கும் சொல்லுமோ..

தேனியில் தெற்குப் பக்கம் தெருவோரம் என் வீடு

தேவதைக்கு தெருவெங்கும் தேவி....ன்னு பேரு...

பெயருக்குள் என்ன இருக்கு

அவர் எண்ணம் தான் குறை எனக்கு...
வாழ்க்கை எல்லாம் - தெய்வங்கள் வீட்டுக்குள்ளே
சேலையின் பூட்டுக்குள்ளே..
சேதி தெரியுமா உனக்கு நீ மனசை பூட்டவில்லை
உன் சேலைக்குள்ளே தப்பிருக்கு....
செங்காந்தள் ஒரு பொழுது சேர்க்கையின் மறுகரை பழுது
துடுப்புகள் கரையைத் தேடும் தாங்கும் படகுகள்
எங்களைப் போலாகும்....
என் கருத்தை நான் நேர் சொல்ல வில்லை..
ஏன் என் வாழ்க்கை நேர் செல்லவில்லை...
என்னை உடுத்தவன் ஏன் உறவாக்க நினைக்கவில்லை
உடலை உண்டவன் ஏன் உயிரை காப்பாற்ற எண்ணவில்லை...
என் மனசு தெரியாமல் என் மார்பைப் பார்த்தவனுக்கும்
என் மாமனுக்கும் மச்சானுக்கும் அத்தானுக்கும் அய்யாவிற்கும்
ஏன் அம்மாக்கள் இல்லையா..
இல்லை..
அழகு தங்கைகள் இல்லையா.. தவிப்பில் இருக்கும் தாரங்கள்
இல்லையா...
பின்னே ஏனய்யா... எமக்கு மட்டும் பட்டங்கள்...
நீ என்னைத் தின்ன நினைக்குப்போதே உன் வீட்டுச்சாட்டின் நிலையை நினை
எங்கள் நிலைமை மாறும் நாளை..
பெண்களை நாங்கள் பூசிக்கச் சொல்லவில்லை.. நீங்கள் தினமும் பூசிக்க
நாங்கள் பூக்களில்லை...
பூக்களின் ஓரமாய் சில முட்கள் முடிந்தால்
ஆண்களே அதுபோல் வாழப் பழகுங்கள்....

13.என்மீதானசந்தேகம்

இன்றென்ன சொல்வானோ... இப்பேதை கண் தீய..
இருதயம் கொல்வானோ.. இருசி என இமை கிழித்து..
இவளை நாக்கால் தின்பானோ.. குத்தியது குற்றமென்பானோ

குணத்தில் எச்சமென்பானோ... என்னை மிச்சம் வைப்பானோ..
எட்டிய கையை முகத்தில் தோய்ப்பானோ..
காரி உமிழ்ப்பானோ கரையோடு தரை தேய்ப்பானோ..
தரம் குறைப்பானோ.. தாரம் என்னை தாதி என்பானோ..
விரும்பா மனைவி கண் கொண்டால் கள்ளக்காதல்..
கை தொட்டால் கலவு போதல்..
இது தானோ தெரியும்..
இந்த மனமில்லா மனிதனுக்கு...
மச்சமெல்லாம் உடலாக்கி
ஒரு நெற்றி பொட்டுவைத்தால்
யாருக்கடி இந்த வண்ணப்பொட்டென்று..என்னைச் சுடும் தீ நாக்கை
நானென்ன செய்வேன்...
தரையோடு ஊசலாடும் சேலையின் ஒரு ஓரம்
காற்றில் எங்கோ ஓட.. நான் கள்ளமானேனாம்..
கல்லெறிகிறான் கண்ணீருக்குள்...காலோடும் வழியும் கண்ணீரும் நடிப்பாம்..
காரி துப்புகிறான்.. என் கட்டழகே...அதற்கும் பொறுப்பாம்
மாராப்பை பார்வையில் எரிக்கிறான்...
ஏளிந்த பிறவியோ இன்னும்வாழ்வது
யாருக்கேனும் உதவுமோ பெண்ணாய் நான் வாழ்வது.....

14.ஆண்களுக்குஒருஉளஎச்சரிக்கை

நான் ஒரு பெண் என்பது யாருக்கும் தெரிய வேண்டாம்..
நாள் கிழமை தேதி நட்சத்திரம் அறிய வேண்டாம்..
நான்காண்டு கற்கண்டு என் உதடு ருசிக்க வேண்டாம்..என்
நாவடக்கம் ஆண்மையில்லை நல்ல கணவன் எனக்கு வேண்டாம்...
இப்போதும்
இரக்கம் காட்டுவது போல் சிலர் இடைவெளி தேடலாம்...
இருதய நாளங்களில் இடம் கேட்டு உள்ளே வரலாம்
இத்தனை நாள் இல்லாத என்னழகை
இரு வரியில் பாராட்டி கவி வரைய காத்திருக்கலாம்...

இந்த இரவுபொதை தீரும் வரை இருகை பிடித்து உடன் வரலாம்..

நாளை நான் உடையற்று நடுத்தெருவில் வீழ்ந்து கிடக்கும் போது

நடக்கும் நாய்களுக்கு உணவாகத் தெரியும்..

ஏதோ ஒரு மீசையுள்ள ஆண்மைக்கு என் அவலநிலை புரியும்..

அப்போது பார்க்கலாம்...

காலையில் கத்தியில் இரத்தக்கறை காரணகாரியம் புரியும்..சமையத்தில்

காமமில்லா காதல் கையில் பிள்ளை எப்படி வர முடியும்..

இருளில் கால் நடுவே இரத்தக்கறை காமம் எப்படிப் புணரும்

காதலித்த கணவனுக்கு காமமும் காதலும் புரியும்...

என்னை வாழ்வில் கத்தியின்றி கட்டிப் போட கழுத்து முடிச்சிடும் மஞ்சள் கயிறோ..

காதலில்லா காமத்துக்கு கல்யாணமும் ஒரு சடங்கு மயிரோ.....

எதிர்த்து பேசும் பேச்சு இல்லை எதிர்மறை இது வழக்கம்..

ஏனாம் ஆணும் பெண்ணும் சமமில்லை..

தாலி எனக்கு மட்டும்தான் தொங்கணுமாம்.....அது தானோ

ஆண்களின் சமநீதி பழக்கம்...

இப்போதும் சொல்லாதீர்கள்

நான் பெண் என்பது யாருக்கும்

தெரிய வேண்டாம்..

தேவை மட்டுமே தேடல் என்று என் பின்னே அலைய வேண்டாம்...

15.அவன்மீதுகோபம்

நான் அணைத்த சுடர் விரல் சுட்டால் விழி குளிரும்....

விடம் வீழ்ந்து மனம் சுடும்...

வீதி வரை பெயர் கொள்ளி காரணம் நீ கைத்தள்ளி

பதறும் படலோரம் சித்திரக்கள்ளி நினைப்போடு பூக்கும்...

குத்தும் கிழிக்கும் நகம் கிளிப் பேச்சும் கசக்கும்

காகிதம் வறண்டு போகும்

வார்த்தைகள் பட்டினிக்கோலம் போடும்.... வாழ்க்கை பயணம் இனி

இனிப்பு நோயில் தினம் தீரும்

உதடு கடக்கும் உணவும் தேநீரும் உறுதியாய் தற்கொலை செய்யும்...

நீ தீண்டாத இமையும் நின்னை காணாத விழியும்
இருந்தும் கொல்லும் மனம் நீயே நிறைந்து வழிவதாய்
அணை உடைத்துச் செல்லும்...அலையோடு படகாய்அவள் மடி மீது கனமாய்
வாழத்தானோ நான் பிறந்தேன்..
வாயும் வயிறும் மட்டுமே கொண்டு
இனி வாழும் நாள் வாழ்க்கையாகுமா...வாழ்வதும் தகுமா..
சொல்லடி...என் கண்ணம்மா...

16.அவனைதேடுகிறேன்

இன்பம் காணவில்லை இமைப்பழும் ஊறி இதழோரம் வழிய
இப்போதை தெளிந்து இருதயமது ஒழுக.....
விழிகள் மறந்தோம் வழி மறந்தோம்
வற்றாத காதலை வளர்த்தெடுத்தோம்.. வைகறை முதல் கூவல்
வாலிபம் வரைத் தேடல்.. வாசல் வரை மறைப்பாடல்
வசைபாடும் வீதிச்சொல் மீறல்...
அத்தனையும் துறந்தோம் அருகருகே அணைப்பில்
அவனியில் அசைந்தோம் ஆசையில் புதைந்தோம்......
முற்றும் துறந்த பின்னே முடிவுரை முகத்தின் மீது உமிழ..
இனித்த எச்சில் பழும் அவமானம் இப்போது...
இதழ் கடந்த கைகள் இருதயத்திற்கு துணையில்லை..
இந்த காதல் கொண்ட பேதைக்கு இப்பிறவி இனியில்லை....
இருவரும் இனி பிறப்போம் இன்பம் காதலில் மட்டுமே
இல்லை - அதை இனியும் மறைத்து வாழாதிருப்போம்..
இப்போது நான் போறேன் இதழ் நீரைத்தூவி
இமையிரண்டும் திறந்திருக்கும் உன் முகத்தை தேடி....

17.அவனுக்கானதேடல்

போதும் இது விட்டு விடு போர்வை போர்த்தி தூங்க வைக்காதே
விலகி விடு..

கூந்தல் கரையோரம் ஒதுங்கி இரு.. கரை கடந்து மலையருவி

மனம் சேராதே... குரல் நடுக்கம்

இப்போது.. கூதிரிலே... கூச்சம் அச்சமெல்லாம் இனி கூண்டுக்குள்ளே...

முகம் தின்று முழுவதும் நனைந்தாய் போதாதா...

நனைந்தவள் நாணம் தின்றாய் நடிப்பு பத்தாதா..

நாளும் பொழுதும் இல்லை

என்னோடு.. நான் எழுதிய கவிதை அல்ல

உன் கண்ணோடு...

18.அவனுக்கானகண்ணீர்

ஒருதுளி மழை கண்ணோரம் நான் இன்று பிறந்தேனோ...

கன்னத்தில் காயம் அவன் கைகள் அல்லவா வலித்திருக்கும்....

நாக்குக்கு சண்டை ஏனோ நடை பயில நான்கு சாலைத்தெருவில்

நாணிக்கோணி நான் கடக்க......

சட்டைக்கு வெளியே என்ன சட்ட திட்டம்..

சகதிகள் காட்சிக்கு சங்கடம் எனக்குள்...

நான் நடந்த சுவட்டோரம் நாய்கள் பாதம் நலம் கேட்க

நானோ நடத்தை கெட்டேனாம்

நாக்குக்கு நல்ல சுவை என் மானம்....

நாணம் எனக்கு மட்டுமா நான் தலை நிமிர்ந்தால்

அது குற்றமா...

எனக்கும் அச்சமுண்டு அடிமை நான் இல்லை என்ற

மனமும் உண்டு..மறைப்பிற்குள் மனசும் உண்டு

அது தாண்டியும் மதிப்புண்டு...

உன் கை கொடுத்த மதிப்பும் உண்டு...

நாய்கள் குரைப்பதால் நான் நல்லது கெட்டேனா...

என்னது வேடிக்கை

நான் பெண்ணானதால் தானோ..

இந்த ஆண்களின் வாடிக்கை

இப்படி...

முந்தானைச் சேலை மும்மாரி நனைய
முகம் மறைத்த காற்று முக்காடு தழுவ...நானா காரணம்...
இல்லை...
தெரியாமல் தான் காற்று பட்டதா தேவை தீர்க்க அது தொட்டதா என
நீ கேட்ட கேள்விக்கு பதிலாக என்ன சொல்வேன்...

19.அவன்கொடுத்தவலி

ஊதும்பை உடைந்த பின்னே ஒட்டவை
என் மனதோடு பச்சப்புள்ள...
மூச்சுக்காற்று முடிச்சவிழ்ந்தால் முகம் தீண்டுமோ சுகமாக...
முழுவதும் அடைத்த பின்னே ஆனந்தம் அடைபடுமோ..
அந்தரத்தில் பறக்கும் போதும் அடிக் கயிற்றை மறந்திருமோ...
அடுத்த நொடி வாழ்க்கை இருக்கும் என்று
இந்த நொடி வருந்திடுமோ... ஏன் நான் மட்டும்
இப்படி.. இரவில் புலம்புகிறேன்
இப்போதும் இரஞ்சுகிறேன்.. இப்பிறப்பில் பாவம் போக்க
இமை குளிக்க தவமிருக்கேன்..
ஊதும்பைக்குள் உயிர் பூட்டி உடல் கொண்டு
உளி நாக்கில் உணர்வு கொன்று வாழ்கின்றேன்...
என் சோகம் நான் சொல்ல
எதுகை மோனை சிறந்திடுமோ.. எழுதும் கை நோக
எங்கே கவிதை கண்ணை கவர்ந்திடுமோ...
காற்று கடந்து போக கத்தியல்லோ கீறிடுது..
காய்ச்சல் வந்த கண்ணுக்குள்ள கசப்பு மருந்து ஊத்திடுது...
இன்னும் நான் சொல்லச்சொல்ல என் மனம் ஆறுமோ தோணவில்ல....

20.மணமேடைஎதிர்பார்ப்பு

உனக்கும் எனக்கும் தெரியாதொரு இரகசியம்
ஊரைக்கூட்டி சொல்வேன் காதுக்குள்ளே...

மகனாய் நீயும் மகளாய் நானும் மலரும் மனமும்

சேரும் நாளுக்குள்ளே..

கால் நூற்றாண்டு காதலை காதோர முடியோடு

கட்டில் சத்தம் கேட்க கலைப்பேன் கும்மிருட்டுக்குள்ளே..

கண்ணோர ஏக்கத்தில் கணநேரம் பிரியாமல்

கழுத்துவரை காதலையும் கற்பழிப்பேன் கடமையோடு..

காலனை நான் கொன்று கருவுக்குள் குடி கொண்டு

காத்திருந்த நாட்களெல்லாம் கண்முன்னே வாரதெப்போ..

கட்டிலும் பாயுமிங்கே கட்டாந்தரை மேய்வதெப்போ..

கூந்தல் முடி தூருகையில் சின்ன தூரல் வீசுகையில்

கற்பனைக்குள் உன்னெனப்பு கருக்குழிக்குள் கனக்குதடா...

கருத்த முழியழகா கட்டுச்சோறு நிறத்தழகா

கட்டிப்போடு காதலுக்குள்ளே உன் கருத்தமீசை காட்டுக்குள்ளே..

எப்போடா..நீ வரப்போற என்ன அள்ளித் தின்னப்போற..

ஏகாந்த பொழுது ஏமாற்றமடா ..ஏற்பதில் என்மனம் தோல்வியடா..

சோகத்தை எல்லாம் சொத்தாக சேர்த்து வைத்திருக்கேன் கெத்தாக..

சேமிப்பை சிறை பிடிக்க நீ வருவேன்னு..

சிதறாத சித்திரத்தை சிந்தாமல் பாத்திருக்கேன்..

சீக்கிரமே வந்துவிட்டால் சீனிக்கட்டி சின்னப்புள்ள..

சீமந்தம் காணுகையில் சீறும் சிறுத்தைபோல

சினைப் புள்ள.. சித்திர வர்ணங்களோ

சிந்தையில் எண்ணங்களோ

சிதையுமுன்னே கைபிடிச்சா சீதைக்கு அயோத்தி தான்..

இப்போதைக்கு இந்த

சீதைக்கு சிறைவாசம்.. சிருங்கார மேனிக்கு வனவாசம்..

21.அவன்தீண்டியநொடி

நான் தழுவிய மேகம் நா நழுவிய வானம்.. நீராடக் கூட.....

நிமிர்ந்த நடை பயில நீர் குமிழி அவில

நிழல் தாமரை தடாகமான நேரம் ஒற்றைக்கால் தவம்....

விசும்பும் விரல் கூலி விரலும் விலையும் நாளி
விம்முது வாசம் விலையேற்றம் விழக்கூடும்....
விக்கல் விலக்க ஏக்கம் வினையாக்கம் தேகம் தேக்கம்...
வீணையும் விரலும் கூடும் விதி இனி இவ்விடம் மட்டுமே சேரும்...

22.அவனோடுதனியே

இமை தந்தி இப்போது இதழ் தீர்த்தம் தந்தால் தப்பேது..
இணக்கம் தற்போது இதழ் கிறுக்கல்கள் எப்போது..
இருவிரல் உளிக்கத்தி இதழ் வெட்டவோ தவிக்கிறது..
இருப்பதை கொண்டு செல்ல இமை திறக்க காத்திருக்கிறது....
இருவரின் இருதயத்திலும் இன்ப போதை இருக்கிறது
இருதய நாளத்திலும் இந்தப் பிறவி ஏக்கம் பூக்கிறது.....
இருதயச் சத்தம் இசையாக
இன்பத்தேடல் கரையாக.....இந்த வகைக் காதல் தான்
இறுதியில் இவ்வுலக இன்பத் தேடல்....
இருமணம் இணைந்த பின்னே இன்பமென்ன துன்பமென்ன
இமை திறந்து போர் தொடு... இருவரின் துயிர் கடந்து இணைந்திடு...

23.அவனைதேடுகிறேன்

காதல் கலங்கவோ துகிலுரித்தாய்
கண்ணோரமாய் என் காதலை கற்பழித்தாய்...
இணங்கா இருவரிகளை உச்சரித்தாய்
உயிரோடு என்னுடலை நீ சமைத்தாய்..
பிச்சைப்பாத்திரமாய் நானோ உன் இம்சை இரவலை
இருதயமாய் கேட்டேன்.. இருப்பதை உடுக்கவோ
உள்ளத்தை கள்ளமாக்கினாய்.. இருவரின் தேவைக்குமோ இப்பிறப்பில்
இமை மூடினாய் இதழாலே இருதயம் பூட்டினாய்....
இம்சை தானடா என் காதல்.. கழுத்தில் கயிற்றோடும்..
கருவில் கருப்போடும் நீயில்லா

இல்வாழ்க்கை இவ்வாழ்க்கை..

எங்கிருக்கியோ காணலியே..

அடி வயிற்றில் உன்னாட்டம் ஒருயிரு உயிர் தின்னுதே

தாங்கலயே.. நானும்

பசிக்கும் அழுவேனோ.. உன் பார்வைக்கு அழுவேனோ..

குடிக்கு அழுவேனோ குடி மறந்தே சாவேனோ..

காதலைத் தின்றவள் நானின்றோ கானலாய் தேடறேன்

உன் முகமே.. வாராயோ வீணரே விதைத்துப் போன வேசரே..

24.அவன்மீது ஆவல்

கண்ணா..

நான் உன்னைத்தான் காதலிப்பேன்..

நீ சிரிக்கும்போது தான் என் மனம் சீராய்துடிக்கிறது..

உன் இம்சை புன்னகையில் புடவை இடையை மறக்குது.

பூக்காத மலர்கள் பழமாகிறது..நீயே பசியாற பட்டினி கிடக்குது..

பாதியில் உன் பார்வை பட்ட இடமெல்லாம் மேலாடை வேண்டாம்

இனி என போராட்டம் நடத்துது.. இருதயம்

மாராப்பை தாண்டி எட்டிப்பார்க்குது..நீ சொன்னால் தான் கேட்பேன் என்று

கதறலெடுக்குது.. கருவிலும் உன்னையே

சுமக்க ஏங்குது..கண்ணா வா அருகே..

பெண்மை மயங்கி மருகுது.. உன் காதலில் ஏங்கி..

ஏமார நினைக்குது.. திருந்தாத என் மனதை

உன் இதழ்களை கொண்டே இம்சித்து புத்திமதி சொல்..

அப்படியும் கேளாவிட்டால்

உன் கைகளை கொண்டே என் கழுத்தை நெறித்து

நெற்றியில் முத்தமிடு.. அதனினும் பெரிதாய் மாற்றங்கள் வந்திடாது..

ஏனெனில் நான் கேட்பது ஊடலல்ல..உன் காதல்....

கயிற்றில் முடியிட்டு கட்டிலை தாண்டி கல்லறைவரை கூடவே வருமே..

அந்த காதல் ... தருவாயா..

பதில் சொல்...

என் கன்னம் சுருங்கி சுருட்டை முடிகள் சூழ்நிலை மறந்தாலும்..

நான் உன்னை தான் காதலிப்பேன்..

நீ என்னை அணைத்தாலும்.. அரவணைத்தாலும்..நீயே.. நீ மட்டுமே வேண்டும்..

கட்டுடல் கரைந்து கல்லறை போனாலும்..நானும்

அந்த காற்றில் கலந்தாலும்..

நான் உன்னைத்தான் காதலிப்பேன்.. கண்ணா..

என் காதலா.. என் கள்வா..என் மனம்கவர் கண்ணாளா... வா..வா...வா.

25.அவனில்லாதநான்

நடு இரவில் நடை பயணமும்..தலை குளியலும்.... கூடலில் கொடுமையய்யா..

கண்ணாளா..

நீயின்றி... நான் படும் வேதனை...

ஓட்டிய வயிரும் உப்பில்லா பயரும்..

உன் மகன் மீதம் வைத்த உணவும் என் வயிற்றை நிரப்புதய்யா..

பட்டினியாய் நான் என்றும் இருந்ததில்லை.. ஆனால்

மூணுவேளை ஒருநாளும் தின்றதில்லை..

எதற்கு வேண்டும் வனப்பு.. என் தவிப்பை

இன்னும் கூட்டவா...இல்லை

கூட்டத்தை கூட்டவா..

நான் நீ என போட்டியடா..

என் பஞ்சு மெத்தை தூக்கத்திற்கு என் துக்கமும் தூக்கமும்

நீயின்றி இல்லையடா.. அந்த மருத்துவன் சொல்கிறான்..

மனதிருந்தால் மறுமணம் செய்ய சொல்லி.. ..

உடல் மறுக்குதாம்.. கூடாமல் கருகுதாம்...

...ம்..

எனக்கும் தெரியுமடா... தெரியாமலா போயிருப்பேன்...

நானும் முடிவுக்கு வந்தேன்.. நாளைழுதல்

உப்பையும் காரத்தையும் உடனே குறைக்கனும்.. உடம்பை காக்கனும்..

அடுத்த நிமிடமே...

மண் தின்னும் மேனியை மா தின்று காக்க வேண்டுமோ..

அது தேவையே இல்லை....

மாதவம் செய்து பெற்றதை காப்பாற்றி கரை சேர்த்தலே

எனக்கு போதும்.. அதுவரை வாழ்தலே போதும்..

26.எனது ஆசைகள்

தூரமாய் வானம் மிக அருகில் சூரியன்

ஓடிப்போய் பறித்துவந்து கைகளுக்குள் அடைத்துவைத்து

இதழ் பதித்தே இனியவனுக்கு பரிசளிக்க

ஆசை எனக்கு..

வானமும் தூரம் இல்லை என்னை வாட்டும் காதலுக்கும் பஞ்சமில்லை..

வா.. காதலா..

காதலில் றெக்கை விரிப்போம் காற்றிலே நாம் மிதப்போம்

மேகங்களில் முகம் புதைத்து முத்தமழை பொழிந்திடுவோம்..

சந்திரனை சாட்சிவைத்து இதழ் பதித்து முத்தமிட்டே

சூரியனை குளிர்விப்போம்.. சுண்டு விரலில் கட்டி அதை

என் காதலன் — உனக்கு காதல் சின்னமாய் பரிசளிக்க....

நானும் நாள்கணக்கில் காத்திருக்கிறேன்....

வாடா..டே...என்னை வாட்டாதே..

27.அவனை எதிர்பார்த்து

கண்ணா....

கருநீல வண்ணா....

நான்மட்டும் இராதையா பொறந்திருந்தா .... கால்நடையாக நடந்து வந்து

உன் வீட்டு வாசலில் ஒக்காந்து இருப்பேன்....

நீ கண் அசைக்கும் நொடிக்காக நான் மாசக் கணக்கா காத்திருப்பேன்..

மத்தியான வெயிலேயும் நானோ மறைவின்றியே தூங்கிடுவேன்....உன்னையும்

கொஞ்சிடுவேன்....

உன் மனசு நீயே சொல்லிப்புட்டா நானும் மசக்கையில விழுந்திடுவேன்....

ஆடி என்ன ஓடிப்போக எந்த நாளா இருந்தால் என்ன

நீ கையாட்டும் நாளுக்காக நானும் கற்போடையே காத்திருப்பேன் ....
கை பிடிப்பியோ கட்டியணைப்பியோ
தாலி கட்டி கூட்டி போயி தற்கொலை செய்யவைப்பியோ..
ஒரு நூறு வருஷம் கூடவே கணவனாக வருவியோ..
இல்லை..
கற்பு தீர்ந்த அடுத்த நாளே கழுத்தைப் பிடித்து தள்ளுவியோ...
எதுனாலும் சந்தோசமா நான் ஏத்துக்கிட்டு
உன் கூட வாரேன் .... ஒரு நாள் ஒரு பொழுது
உன் கூடத்தான் வாழ வேணும்... உன் முகத்தை பார்த்துக்கிட்டே
என் உசுரு தானே போகவேணும்... அளவில்லா என் ஆனந்தமே
ஆனந்த தாண்டவனே அற்புதனே பரம்பொருளே
என் ஆணழகே கோகுலவாசனே... கோவிந்தனே..
நீ ஆடிடும் போதினிலே.. என் ஆசையெல்லாம் தீர்க்க தானே உன்
அடிமடியில் சேரணுமே.... ஆண்டவனும் என்ன செஞ்சான்
அறிவு கெட்டு மயங்கிப்புட்டான்... என் ஆசை எல்லாம்
மனசுக்குள்ள பொத்தி வச்சே
என்ன ஆம்பளையா படைச்சுப்புட்டான்..
அய்யகோ நான் என்ன செய்வேன்...
ஆண்டாளா மாறனுமே... ஆசையெல்லாம் தீர்க்கணுமே...
இந்த ஆணுயிர் தேவையில்லை...
அருவியே என் உயிரை உருவியே எடுத்துக்கோ....
அடுத்த ஜென்மமதில் நானும் பேரழகி பெண்ணாவே... பிறப்பெடுப்பேன்...
என் பிறவிப்பயன் அடைஞ்சிருவேன்.... ஆண்டவனே ஆருயிரே....
எனக்கு பெண்ணாகும்
வரம் தந்திடய்யா...

28.எனக்கொரு காதலன் தேவை

எனக்கொரு காதலன் தேவை ஏன் அது நீயாக இருக்கக்கூடாது..
நீ இமைக்க நான் சிலிர்ப்பேன்.. நீ சிரிக்க நான் பூப்பேன்..
நீ நினைக்க நான் இருப்பேன்...நினைவில் கூட உன்னையே சுமைப்பேன்..

29.இன்னும்நீவரவில்லை....

அதிகாலை எழுகையில் ஆசைகளும் எழுகிறது.. ஏனடா

என் மீது கால் போட்டு உறங்கவில்லை..

ஏன் நீ உளரும்போது என் பெயர் சொல்லவில்லை...

பின்னால் இருந்து கட்டியணைத்து காதுக்கு சுவாசச்சூடு சேர்க்கவில்லை..

இரசிய சேதி சொல்லும் சாக்கில் என் காதை கடித்து தின்னவில்லை..

கால்களுக்கு சொடுக்கொடுத்து சொக்கவைக்க நேரமில்லை..

கட்டில் மட்டும் தனியாக தூங்க கைகளுக்குள் நீயில்லை...

ஏனோ

இன்னும் நீ வரவில்லை...

30.வாய்ப்பூட்டு

அவன் வாய்ப்புக்கேட்டு வரும் ஒவ்வொரு முறையும்

என் வாசற்படி தாண்டவில்லை.. வாய்ப்பளித்தேன்

ஒருமுறை .. என் வாழ்க்கையைக்காணவில்லை...

அவன் வம்பிழுக்கும் ஒவ்வொரு முறையும் வாய்ப்பேச்சில் வென்றதில்லை..

வாய்ப்பூட்டு போடும் போது ஏனோ சாவி தேட தோன்றுவதில்லை..

31.கட்டியணைக்ககாத்திருக்கிறேன்..

கவிதைகள் சொல்லத்தான் வந்தேன்...

கவிதை நான் ஒன்று சொல்ல வந்தேன்..

கவிதையாய் நான் என்ன சொல்ல வந்தேன்..

கவிதைக்குள் நான் என்னைச் சொல்ல வந்தேன்...

எண்ணம் எல்லாம் சொல்ல எழுத்தும் என் வசம் இல்லை...

எதுகை மோனை அல்ல நான்

எண்ணுவதை எல்லோருக்கும் சொல்ல..

எனக்கும் ஒரு மனம் அதற்குள்ளும் ஒரு மனம்..

அதற்குள் துடிக்கும் ஆசைகள் ஒரு வரம்..

வரமாக நான் பெற்ற என் காதல் சொல்ல.. வரவில்லை...

உள்ளே

அவன் என் மனதைக் கொள்ள...

மனதுக்குள் தினம் சலனம் அவன் முகம் அது கொடுக்கும்..

அவதிகள் பல சொல்ல அகழியாய் நானும் காதலினுள்ளே....

கைபிடிக்க வாருங்கள் ஒரு கைப்பிடி காதல் தாருங்கள்..
கட்டியணைக்க காத்திருக்கிறேன்.. உன் கையளிக்கும் அந்த
கையடக்க மாங்கல்யத்தை உன்னோடும் எப்போதும்......

32.தினசரி

தினசரி நாட்காட்டியில் என் நாட்கள் கிழிந்தே போகிறது..
தினசரி பகலில் என் நேரம் கரைந்தே போகிறது..
தினசரி உணவில் என் விரல் தேய்ந்தே போகிறது..
தினசரி எனக்குள் என் ஆசை தூர்ந்தே போகிறது..
தினசரி கைபேசியில் என் காதல் கற்பிழந்து போகிறது..
தினசரி கனவுகளில் என் கண்கள் குருடாய் போகிறது..இப்படி எத்தனையோ தின-
சரிகள் என் முன் கடந்து போகிறது..
நம்பிக்கை மட்டும் குறையவில்லை என்பதை என் காதல் உணர்த்திப் போகிறது..

33.நீவரமாட்டாய்

நீ வரமாட்டாய் என்று தெரிந்தும் நான் காத்திருக்கும் போது தான்..
என் நிமிடங்கள் கனக்கிறது...
நீ கேட்க மாட்டாய் என்று தெரிந்தும் நான் பேசும்போது தான்..
என் காதுகள் செவிடாகிறது..
நீ அணைக்க மாட்டாய் என்று தெரிந்தும் நான் அழகு படுத்தும் போது தான்
என் கண்ணாடி அழுகிறது...
நீ அருகில் இல்லை என்று தெரிந்தும் நான் உன்னைத் தேடும்போது தான்
என் கண்கள் குருடாகிறது..
நீ உலகில் இல்லை என்று தெரிந்தும்
நான் உன்னை நேசிக்கும் போது தான்
என் காதல் இனிக்கிறது...
அது எப்போதும் போல இப்போதும் எனக்குள்ளே தான் இருக்கிறது....

34.யார்கருவுற்றதோ...

வான்மேகம் வாந்தி எடுக்கிறது

யார் கருவுற்றதோ...

உன் கால்கள் வரைந்த கோலம் கண்விழிக்கையில் காணோம்

யார் திருடியதோ...

ஆடை மாற்றும் தருணம் இடையில் அரசியல் பேச்சு..இது

யார் கூட்டணியோ...

அக்கம் பக்கம் பார்த்து அரைகுறையாய் உண்டேன்..இவை

என் கற்பனையோ...

கள்வரே..

பதில்... சொல்ல..வருவீரோ...... இன்னும் கதறிக்கொண்டு தான் இருக்கிறது

என் இதயம்

உன் கண்ணசைவின் காரணம் புரியாமல்.. இன்னும் காத்துக்கொண்டு தான் இருக்-

கிறது என் பாதை..

உன் இரக்கத்தின் வழி தெரியாமல்... இன்னும் மறந்து கொண்டு தான் இருக்கிறது

என் நினைவு..

உன் ஏமாற்றலின் வகை புரியாமல்...

இன்னும் காதலித்துக் கொண்டு தான் இருக்கிறது

என் காதல்..

உன் காதலின் ஆழம் அறியாமல்...

இன்னும் வாழ்ந்து கொண்டு தான் இருக்கிறது..

என் வயிறு..

ஊர் வாயை மூடத் தெரியாமல்....

35.நாம்களைப்போம்.....

கால் நடந்த மேகம் இது காட்சிப்பிழை இவள் வானம்...

தூரிகை வானவில் தேற்றம் இது மாட்சிமை இவள் தோற்றம்...

தூவானக்கூடாரம் கண்டேன் இது முற்றுமை இவள் விழிவதனம்..

பனி சூழ்ந்த பாற்கடல் பாக்கம் இது வேற்றுமை இவள் வேட்டுகை..

பாராமுகம் கண்டு செத்தேன் இது ஒற்றுமை இவள் மேல் அட்டுகை...

கூச்சலும் குழப்பமும் காய்ப்பு இது பெருமை இவள் நினைப்பு...

கூடாரமும் கூடலும் ஏய்ப்பு இது அருமை இவள் வனப்பு...

அகமும் புறமும் வெப்பம் இது தஞ்சம் இவள் நெஞ்சம்....

ஆகட்டும் மார்கழி மொத்தம் இது ஆவல் இவள் மனை ஆவாள்...

கேட்கும் மழைச் சத்தம் இது மாற்றம் அவள் முகம் முத்தம்...

காணா பசிக்கூழ் நோக்கம் இது வயிற்றுக்கும் இவள் வாய்ப்புக்கும் கிடைக்கும்...

இன்னுமோ இப்படி இருக்கும் இப்போது சுடாய் கிடைக்கும்

அனல் பார்வை விளக்கம்.. ஆகட்டும் நாமும் பொறுப்போம்

ஆவணி தாண்டட்டும் தாவணி துறப்போம்.......

ஆளுக்கொரு ஆசையில் குளிப்போம் அந்தி மழை வரும் நேரம் இப்போ

வானம் கருப்போம்.. நாம் களைப்போம்.....

<h2 align="center">36.போர்க்களம்</h2>

எதிரெதிரே போர்க்களம் போராடிப் பார்க்கலாம்

இதழ் கொண்டு போரிட்டு இருவுயிர் நாட்டை இணைக்கலாம்...

இமை தோல்வி காணுகையில் இருவுடல் ஆட்சி தொடங்கலாம்...

படுக்கைக்கு பதவிப்பிரமாணம் பாதி இருளில் செய்யலாம்..

பாதுகாப்பாய் பத்து விரல்கள் படைவீரர்களாய் நிறுத்தலாம்...

பாடற்பயன் தாண்டும் படையை வெல்ல பஞ்சத்து முத்தம் தண்டனையாய் விதிக்க-
லாம்.

பசியோடு இருக்கும் உடலூருக்கு பாதி உடையில் உணவு வழங்கலாம்

அதுவும் போதாதென்றால் படுக்கை விரிப்பையும் வாரி வழங்கலாம்...

பசி போக்க இராவுக்குள்ளே பாதிஇரவலைக் கடத்தி பட்டினி போராட்டம் நடத்த-
லாம்

பகல் வேளை வரும்போது இதழ் தேனோடு நாணம் பருகலாம்..

படைவீரர் காயத்திற்கு பஞ்சனை வைத்தியம் பார்க்கலாம்

பஞ்சனை நெஞ்சும் சேர்த்து அரவணைத்து தேற்றலாம்....

தேவைகள் எல்லாம் தீர்க்க தேவையானதை திருடலாம்

தேவைகள் தீரும்வரை போரிட்டு துயில் கொள்ளலாம்..

வெற்றி தான் இலக்கு என்றால் வெல்வது நிச்சயம்..

நிச்சயம் செய்த பின்னே நிகழ்வது தான் அற்புதம்....

<h2 align="center">37.உன்புகைப்படம் ...</h2>

நீண்ட நெடிய காலை உன்னால் பிடிக்கிறது இந்த வேளை...

முற்சரம் கொண்டு ஏன் துளைத்தாய் இன்று இருதய நாளங்களில் வலி

முகம் காண என்ன வழி....

நீண்ட நெடிய கனவு

கருப்புக்காட்டுக்குள் தொலைந்ததாய் நினைவு..

கண்ணைக் கட்டி ஏன் கனவுகளை நீ கொடுத்தாய்

கண்களில் நீர்த்துளி ..காரணம் காணா கயல்விழி....

நிறைய நிறைய ஆசையில்லை - மனம் நிசம் காணவே ஆசை

நிழற்படம் காணும் பொழுதினில் நீ பேசவே ஆசை...

நீ நிறைந்தாய் இப்போது நீர் நிறைவாய் எப்போது

இதில் தப்பேது...என் கவனம் தற்போது...

இவ்விடம்...இப்படம்.. இமை கண்ட புகைப்படம்..

இருக்கி அணைத்து முத்தம் தந்து நெஞ்சோடு சேர்த்துக்கொண்டேன் .

.இது உன் புகைப்படம் ...

38.காதல்கொள்ளை ...

கூடைப்பழம் கோடி விலை கொட்டிவைத்தால் கூறு(ம்)விலை

பாலும் பழமும் பருகும் நிலை பழமாய் போனால் முடிவு நிலை..

முடிச்சும் துவக்கமும் முதல்நிலை முழுவதும் வாசித்த பின் ஏது கலை..

தொடக்கமும் முடிவும் இன்பநிலை இவையிரண்டும் புரிந்தவற்கு துன்பமில்லை...

ஆயகலைகள் கோடியில்லை இது ஆராய கண்களும் போதவில்லை

போதை தரும் பொருள் இவ்வுடல் மட்டும் இல்லை

போதை கடந்தும் உடல் போதை தீர்வதில்லை..

பச்சைப் புல்வெளி பசிக்கையிலே பசுவிற்கு பாலுணர்வு தேவையில்லை

பனிப்பூவின் மகரந்தம் குளிர்கையிலே படரும் மழை பாவைக்கு சுகமுமில்லை..

தொட்டுத்தொடரும் துன்பமில்லை காமம் பற்றிப் படரும் கொடியுமில்லை...

சுற்றிவளைக்கத் தேவையில்லை காமன் தீண்டாத தெய்வங்கள் சரித்திரத்திலில்லை...

சாலைப்பூக்களெல்லாம் சூடுதற்கில்லை சாலச்சிறந்தது சோலை மனங்கவர்...

காதல் கொள்ளை ...

39.நான்காமம்கொண்டேன்.

உன்னைத் தீண்டும் எண்ணமில்லை...
விழி தூண்டி தீண்டவும் விருப்பமில்லை என்றே
பொய்கள் மட்டுமே சொல்கிறது
...என் கண்கள்...
எங்கோ சாவியை தொலைத்துவிட்டு உன் கண்ணோரம் தேடிடும்
பூட்டுக்கள்...
மென்மையாய் ஓர் ஸ்பரிசம் மெதுவாய் ஓர் அணைப்பு
அணுஅணுவாய் ஓர் அர்ச்சனை அத்தனைக்கும் நீ தானோ
இச்சமாய்... மனதுக்குள் உச்சமாய்...
காலடித்தடம் தீண்டும் கருணை பெற்றேன்...
காலாண்டு தூக்கம் கெட்டு தரை புரண்டேன்...
கட்டியணைத்த கம்பளி தின்றேன் கட்டாந்தரையோரம் கற்சிலை கண்டேன்..
கனவிலும் கதவோரம் கைபிடித்தேன் தாழ்ப்பாள் விலக்கி தவறிழைத்தேன்..
தடுக்கி விழுந்தேன் தரைமீது சுகம் கண்டேன்...
தாவணிப் புறத்தில் தேவதை உன்னைக் கனவில் கண்டேன்..
கண்ணுக்குள் நான் காமம் கொண்டேன்.

40.அழைக்கிறேன்...போ..

தொடுதிரை தூக்கம் கேட்கிறது விரல்களுக்கோ ஏக்கம் இருக்கிறது
முகப்பில் உன் முகம் சிரிக்கிறது முதல் சந்திப்பு இப்போது கசக்கிறது
மனதுக்குள் நினைவலைகள் அடிக்கிறது மணல் வீடு இப்போது உடைகிறது
நேற்றுவரை இரவும் பேசியது இன்று முதல் மௌனமே பிடிக்கிறது
உயிர் இது உடலோடு இருக்கிறது இருதயம் மட்டும் ஏனோ துடிக்க மறுக்கிறது
இந்தநொடி போதும் நான் மறைத்துப் போக..
எந்தப் பிறவி தீரும் உன்னை மறந்து போக...
கண்களைப் பிரிந்ததாய் கண்ணீர் சொல்கிறது..
கன்னத்தில் தடம் பதித்து கவிதைகள் வடிக்கிறது...
அழுதால் ஆறிடுமா காயங்கள்...
இல்லை இன்னும்
உள்ளுக்குள் வலிக்கிறது..... வலி நாளை மறையலாம் விழி தேடி அலையலாம்...

இதழ்களும் ஒர் நாள் உன் பெயர் சொல்லலாம்...

மார்புக்குள் உன் நினைவு மறுபிறவி எடுக்கலாம்...

நான் செத்தது போல நடிக்கிறேன்.. உன் நினைவு வாழ்வது போல நடிக்கிறது.....

இப்போது போகிறேன் போ.. எப்போதும் அழைக்கிறேன்...போ....

41.அச்சுவெல்லம்,பால்

நான் உன்னை வீழ்த்தும் ஒரு கதை வைத்திருக்கிறேன்

நான் அதை உன் காதோடு சொல்லப்போகிறேன்..

மூச்சுக்குழலுக்குள் நீ ஊதும் மூங்கில் கலை சொல்லப்போகிறேன்..

முகமறியா மை இருட்டில் மனதோடு சாய்ந்து சொல்லப்போகிறேன்..

என் கற்பனையில் நான் கண்ட கதாநாயகனை சொல்லப்போகிறேன்..

என் கண்களை கொள்ளையயடித்த அவன் முதல் பார்வை சொல்லப்போகிறேன்..

கதை கேட்கும் கன்னத்திற்கு கைரேகை முத்தம் வைக்கிறேன்..

முள் குத்தும் முகத்தோடு ரோஜா நான் உறங்கப்போகிறேன்..

ராஜாவாம் அவன்

சேவைகள் நான் செய்யப்போகிறேன்..

சேலைக்குள் சுவாரசியமாய் சேதி ஒண்ணு சொல்லப்போறேன்..

சேட்டைகள் அவன் செய்தாலும் பரவாயில்லை

செல்லமாய் அவனை கிள்ளப் போறேன்..

சொந்தக் கதை சேர்த்ததெல்லாம் சொல்லச்சொல்ல எழுதப்போறேன்..

சோதனை ஓட்டத்தில் செயற்கைக்கோள் நான் சந்திரன் அவனை அடையப்போ-
றேன்..

அவனுடைய ஆசையெல்லாம் அள்ளிஅள்ளி பருகப் போறேன்...

ஆனதெல்லாம் நானும் சொன்னேன்

அத்தான் உனக்கு இப்போது..

அச்சு வெல்லம் கருப்பட்டி பால் கலந்து நாம் குடிப்பது எப்போது..

42..அன்னமறியா ஊடல்

இமை திறந்தே நான் தொலைந்தேன்..

இறவாத உறக்கங்கள் நான் உடுத்தேன்..

உடுப்புக்குள் தேடல் கொண்டேன்..

காற்றை நிரப்பியே கலவு கொண்டேன்...
மாற்றங்கள் ஏனோ மனதைத்தான் தின்றதே..
மயிரிழையில் உயிரோ மரிக்கவே செய்யுதே..
கண்ணில்லா சாலைகள் புண்ணில்லா காயங்கள்
நடைபாதை விபத்துகள் இதழ் வலித்த உரிமங்கள்
தடைசெய்த குடியிருப்புகள்... தரிசான பார்வைகள்
தனிவரிசை பயணங்கள் பசித்த கருமணிகள்
ருசிக்காத கோலங்கள்...
இன்னும் சொல்லணும் காதுகள் கூசணும்..
அருகிலே நீ வரணும்.. என் அறியாமை போக்கிடணும்...
ஆறறிவு கொண்டவனே..
என்னுள் ஒருயிரானவனே..
அடிமைக்குள் காதல் அன்னமறியா ஊடல்
ஆறுமாத தவம்...
அன்பே ..வா.. காதலிப்போம்...
ஊரியே மனதிற்குள் உரமிட்டவனே...
உரிச்சொல் தாராயோ..
உடையாளின் உருவாக்கம் காணாயோ ...

43.கவிதையோடுவாழும் வாய்ப்பு...

ஒரு கவிதையோடு வாழும் வாய்ப்பு...
உன்னோடு எனக்கு...
இருதுவார வெளியீட்டு எழுத்துக்களாய் என்னை நீ எழுதிட...
ஏனோ நான் உன்னோடே பின்னலானேன்...
எதுகை நானானால் மோனையானது நீயோ..
முதல் பார்வையோ பல்லவியோ
பாடாத என் மெட்டுக்கு முகவரியோ...
நீண்ட இரவுகளின் இறக்கும் நொடிகளோ...
உன் மூச்சுப்பயிற்சி...
மேகம் தீண்டா தூறலோ மழை தீண்டா மறைப்போ..
மனதுக்குள் குளிரடி
உன் வீச்சே வெப்பமடி...

வேடிக்கை பல செய்யும் விசன வீணையோ..
விடியலைத் தேடும் அதரமோ — அதுவே ஆன்மீகமோ...
உன் அழகு முகமோ....
விந்தையான விசயம் விளங்க நினைக்கும்
விளக்கு கவிதை உன்னோடு நானும் நம் காதலும்....

44.ஆ அ வேண்டும் எனக்கு...

இன்னும் கொஞ்சநேரம் பேசலாமா...
கொஞ்ச நேரம் பார்த்து பேசலாமா...
கொஞ்சி பேசலாமா...
கொண்டவளே — என்னை கொள்ளவே பிறந்தவளே...
வினாவிடை போட்டிபோலே இருமொழி ஓர்விழியில்
விந்தை நொடிகளை கந்தலாக்கி... காதலாக்கி
இதழ்மொழியாலே ஒத்தடமிட்டு ஓட்டலாமா...
நேரத்தை ஓட்டலாமா... உயிரோடு தேரோட்டமா ஒரு காதல் செய்வோமா....
பார்வையில் கருத்தை பதியவைக்க பத்து விரல்களை துணைக்கழைத்து..
பட்டினி சாபம் போக்க
பயந்தே துடிக்கும் பாவிஇவன் இருதய துடிப்பினூடே
பயணமும் போகலாமா...
பசலைப் பார்வையில் பரிசுகள் பெறலாமா
பாராட்டு கவி எழுத பண்படுத்தி பயிரிட்டு
பாசத்தால் காதலை விதைப்போமா..
ஆதிரையே எந்தன் மீதியே ஆசையோடு பேசாயோ...
ஆதரவு தேடும் அடிமைக்கு ஆணவ காதலை அள்ளித்தாராயோ...
ஆதிரையே என் நித்திரையே
ஆகாச கங்கையே இரவா அகிம்சையே
ஆக்காதல் ஒளி தீண்டா இம்சையே
ஆ அ வேண்டும் எனக்கு....
ஆதலால் காதலியேன் — என் காதலியே....
அனாதை ஆனேனடி — உன் இணக்கம் பெறா காதலால்

அன்பின்றி நானடி காதல் அனாதை ஆனேனடி....

உயிற்ற உடலாவேனடி உருவ ஒற்றுமை கொன்று உயிரோடு சேராமல்

உடலானேனடி....

உயிரான உன்னை பிரியேனடி....

உள்ளிருப்பு போராட்டங்கள் என்னுள்ளே உயிரோடு உன்னைச் சேரவே

உணர்வைக் கொன்றே

என் உயிர் கொண்ட காதல் தேடல்கள்....

உன்னோடே எந்நாளும் உயிர் பிரியும் நேரம்வரை

உயிரற்ற உடல் தீயும்வரை உன்னையே காதலிப்பேன்

என்றேனும் கரம் கோர்ப்பேன்

கோகிலமே —— என் அகிலமே

ஆதிரையே....

இப்போது ஒருமுறை என்னைப் பாரடி

பாரேண்டி....

பார்....

என் காதல் உயிர் கொள்ளும்....

45.ஆ....தரவுதாராயோ.... ஆண்சூடும்பூவே....

பார்வையில் பனிக்குடம் உடையும்....

உடைக்குள் உதறலெடுக்கும்..

உருட்டிய தேகம் உள்வாங்கும்....

ஊமை விழிகள் மௌனமாகும்....

மனதிற்குள் மத்தள சத்தம் கேட்கும்....

தினம் உன்னை காண்கையில் திமிரும் அழகாகும்..

திமிராய் என்னை தாக்கும்....

உணவின்றி உயிர் தவிக்கும்

உதட்டுக்குள் நிலநடுக்கம்....

பூவிரல் கோலமிடும் என் பின்பாதை சீராகும்....

சிறப்பான இடம் தேடும்....

இமை தேயும்.... இரவலாய் உன் இருதயம் கேட்கும்....

காமம் இதுதானோ....

தானியங்கி தடம்மாற்றியோ உன் இணை

இருப்பிடம் தேடணுமோ...
இரவுக்கு வெள்ளையடித்தே இருவரும் வெட்டவெளி வீதியிலே
இரட்டை முகமதியை வெட்டி இமையாலே கூறிடுவோம்...
தூக்கம் வரும் நேரம்வரை துகிலின்றியே தூரிடுவோம்..
துக்கத்தை கக்கத்தில் தூரிகட்டி தாலாட்டுவோம்....
வியர்வை குழிக்குள்ளே வியப்பாய் தேடிடுவோம்...
விட்டில் பூச்சிபோலே — அவ்விடம் தின்றே பசி மறப்போம்...
பரிகாசம் தானடி பாரிஜாத பூவடி
பரமனுக்கு கிடைத்த பார்வதி நீயடி...
பூவடி புத்தகத்தில் முதல் முத்தம் நானடி....
முழுவதும் அசையற்ற எழுத்தை எழுதும் விந்தையயடி
விரல்களடி...
ஆறடி சந்தனமோ அம்மி மிதிச்ச தேனிலவோ....
இன்று
ஆவணி முதல் நாளோ... அரியணை ஆட்சிக்கு அரிக்கு அவசரமோ...
ஆளாயோ..
ஆ....தரவு தாராயோ... ஆண்சூடும் பூவே....

46.பசலைக்குமருந்தாமே.

குளத்து மீன்களுக்கு குதிக்கையில் கொண்டாட்டம்
நீ புதுத்துணி மாற்றி குளிக்கையில் திண்டாட்டம்...
விரல் கொண்டு நீ தொட விதிகளுக்குள் மாற்றங்கள்...
விரலா இது மீனா புழுக்களுக்கு ஏக்கங்கள்...
மஞ்சள் பூசும் உன் பாதம் பட்டாலே தணலாகும்...
கடல் நீரும் இனித்திடும்..
இவள் தீண்டியதால் வெளுத்திடும்...
கடற்கரை வாராதேடி கடல் கட்டிப்பிடிக்க ஆசை கொள்ளும்....
கள்வனாய் கண்கள் கசக்கி களவானேன் இப்பொழுதில்...
காற்றும் இடம் கேட்டால் கயலே..
உன் களிப்போரம் மனை கேட்டால்.. மயிலம் மாந்திரமோ

மனசு தான் தந்திரமோ....
மனசை தின்னாதேடி மரிக்கொழுந்தே
மஞ்சள் முகம் காட்டாதேடி....
கானகத்து குயில்களெல்லாம் களவு போன பாடல் கண்டு
கண்ணீர் வடித்து கலங்கிடுதாம்..
கட்டழகை கவி பாட துவங்கிடுதாம்..
காட்டுப்புலி கூட்டத்திற்கு கட்டுச்சோறு நீயாமே....
கட்டிப்பிடி வைத்தியத்தில் கலைப்புலி நீயாமே....
கருணை கொஞ்சம் காட்டிவிட்டால் கைகளுக்கு களவு வரும்..
கட்டிலுக்கும் காதலாலே கன்னிப் பசலை நோவு வரும்....
பாராமலே நீ போனால் பரதேசமும் எனக்கு பரலோகமே....
பார்வை தவறி பட்டுவிட்டால் பசலைக்கு மருந்தாமே..
உன் முகம்

47.ஆண்களின்கருவுக்குள்

அழகுக்கு இவள் தான் இலக்கணம்
ஆண்களின் கருவுக்குள் தலைக்கணம்
இவளை இமை தின்று செமிக்கட்டும்
ஈன்றவள் காலடி மண்ணெடுத்து இளைஞர்கள் சமைக்கட்டும்..
உடுத்திய உடைகள் கற்பிழக்கட்டும்
ஊருக்குள் ஊழியம் தழைக்கட்டும்
எதுகையும் மோனையும் இருக்கட்டும்
ஏது கை என கதறட்டும்..
ஐவகை காதல் பெருகட்டும்..
ஒட்டிய இடையோடு இணங்கட்டும்
ஓரிடத்தில் கவனம் குவியட்டும்
ஔவை வயதிலும் வாழட்டும்
ஆயுதமாய் இவள் மாறட்டும்
ஆண்களின் இதயத்தை ஆளட்டும்....
கவிதைக்காய் இவளழகு கூட்டும்

கருவுக்குள் இவள் கலக்கட்டும்..
இவள்
விழி தின்ற கவிதை
விதிமீறிய விழிகள்
விரல் நீக்கிய குறைகள்
வினை தீர்க்கும் இருமொழிகள்..
இவள்
முறைத்துப் பார்க்கும் முதல்முறை
முடிவுரை முடிமுதல் அடி வரை..
முன்னேறிச் செல்லும் முழுநிலா
முகமோ முழுசோ பிறை நிலா..
இவள்
விம்மும் இரு விழி பெண்ணோடு
வீதியில் இவள் பிழை கண்ணோடு
விழி மூட மறுக்கும் மறைப்புகள்
விரகமாய் மாறிய படைப்புகள்..
இவள்
முறைத்துப் பார்க்கும்
முன்னெழுத்து
முன் நீக்கி கீழ் தாழ
முதலெழுத்து..
உயிர் மெய்யெழுத்து..
இவள்
கருவாய் சொன்னால்
கடை எழுத்து
கம்பனுக்கும் போடணும்
துணையெழுத்து...
இவள்...
மென்று விழுங்கும் மிடறு
மேன்மை கடந்த வயிறு
மெச்சும் பேச்சில் களிரு

மேதை தந்த மா இரு..
இவள்
இலவசப் பொருளில் இனித்திடுவாள்
இணைந்து இவள் வசம் பெற கலந்திடுவாள்
இப்போதைக்கு மேதை ஒப்பாது
மேதைகள் கவனமும் தப்பாது..
இவள்
இன்று நடந்தால் நாவல்பழம்
இன்றே நடந்தால் நாவே பழம்
இருபது வயதுகள் இருக்காது
இருப்பது இனிக்க மருக்காது...
இவள்
கண்ணசைக்கும் கட்டுமரம்
காமனையே வென்ற காட்டுமரம்
காணா காலங்கள் கருப்புதினம்
காளையர் கண்களுக்கு காதலர்தினம்..
இவளழகை
இத்தனை சொன்னாலும் புரியாது
இதனை கவியில் சொன்னாலும் பத்தாது
இயற்கையின் நியதி புலனாகாது
இயல்பாய் இனி இருதயம் இருக்காது
இருதயம் இவளுக்காய் துடிக்க மறுக்காது
மறுத்தால் அது
இருதயமாய் இருக்கலாகாது..

48.மொட்டுகளேசத்தமாய்பேசுங்கள்

அழுத்தமான பார்வை ஒன்று அவள் மீது எனக்கு
அர்த்தமற்ற பார்வை அது ஏதோ தப்புக் கணக்கு...
நிசம் பேச தைரியம் இல்லை நிசமாய் பார்வையில் உண்மையில்லை..
கைவிரல் பார்வை உண்மை சொல்லும் காதல் இது இல்லையென்று
கண்விழி சொல்லும்.......
இமைக்காமல் கருவிழி விசப்பேச்சும் விளக்கும்

விடியலின் தேவைக் கணக்கும்..

மார்பைத் தின்னும் மனசும் மாராப்பும் மல்லிகையும் தப்புக் கணக்கும்

இங்கே குதர்க்கம்.....

இதழ் தேடல் இதில் எச்சில் இனிக்கும்... கனவுகளில் கைகள் சேரும்

கண்ணோரம் உண்மையில்லை மனக்கதவு வரைக்கும்..

போதும்

இந்த நொடியெனத் தேடல்.. தேவை தீர்ந்து ஓடுவதோ காதல்...

இல்லை...இல்லை.. கூடல்

இன்னும் என்ன சொல்ல உடல் தேடல்

அதை.....

வேண்டும்..

மனசு ரெண்டும் பேசும் மனம் காணாததும் கூசும்...

மனதுக்குள் மாமழை மத்தாப்பு சிரிப்பொலி

மத்தியான வெயிலில் குளிர்ச்சாலை

உணரும் அது...

காதல்...

கண்கள் தீண்டா காமம் காதலில் கூடல்.அது

மனதின் தேடல்...... திரவியத் தேடல் தீராக்கரை சாடல்

அலைகள் போல மனங்கள் மனசோடு சேரும் தினங்கள்

அவையன்றி மற்றவை இரணங்கள்...

மொட்டுகளே சத்தமாய் பேசுங்கள்

நாணம் மிச்சம் வைக்க தேவையில்லை

மனதை மட்டுமே கேளுங்கள்.... மற்றவை தள்ளுங்கள்

மனம் போல காதலில் வெல்லுங்கள்..

நல் உள்ளங்களின் சங்கமம் காதல் அதை தேடுங்கள்

வாழ்க்கை கரை தொடும் கப்பல் அது

கரையோடு காலார நடை போடுங்கள்.... ....

49.எனக்குஉன்னைப்பிடிக்கும்

எனக்கு உன்னைப் பிடிக்கும்

சிறை பிடிக்கும் இமை பிடிக்கும் சிருங்கார குரல் பிடிக்கும்

குழிவிழும் குளம் பிடிக்கும் குளத்தின் மேலிரு மீன்கள் பிடிக்கும்

மீனாய் என்னை பிடிக்கும் முகத்தூண்டில் பிடிக்கும் மீனாய் நான் மாறிட பிடிக்கும்..

தெருவோர கடைகளில் உன் பெயர் பிடிக்கும்

தெருவிற்கும் உன்பெயர் வைக்க மனம் அடம் பிடிக்கும்..

சாலையில் கைகோர்த்து நடந்திட பிடிக்கும்

நடக்கையில் தூக்கிச் சுமந்திட பிடிக்கும்

தரைமீது கால் படாது தாங்கிட பிடிக்கும்

தூங்கிட தலைகோதி தாலாட்ட பிடிக்கும்..

சிரிக்கும் சிரிப்பை சேமிக்க பிடிக்கும்

உதிர்த்த வார்த்தைகளை உச்சரிக்க பிடிக்கும்

காலவரையின்றியே பேசிட பிடிக்கும்

காரமாய் சிவந்த கன்னச்சிவப்புகள் பிடிக்கும்...

உறங்காமலே உன்னோடு பேசிட பிடிக்கும்

உறக்கத்தை கெடுக்கும் உளறல்கள் பிடிக்கும்

கனவோடு நீ வந்தால் கனவுகள் பிடிக்கும்

கனவு கலைந்ததும் கண்ணெதிரே காணப் பிடிக்கும்

இருதயத்தை துளைக்கும் இமைதூரிகை பிடிக்கும்

இதழ் சுழித்து நீ செய்யும் இம்சைகள் பிடிக்கும்..

இருப்புக்கவி தந்த இருவரி பிடிக்கும்

இருவரிக்குள் அடங்கா இருமரிச்சம் பிடிக்கும்..

சேதிகள் சொல்லும் தேதிகள் பிடிக்கும்

சேலைத்தலைப்பில் சேர்ந்திட பிடிக்கும்..

சேர்ந்திடும் நேரத்தில் சேவைகள் பிடிக்கும்

சேராமல் போனால் சாகவே பிடிக்கும்...

தடையில்லா மின்சாரமாய் தங்கமுகம் பிடிக்கும்

தலைவியாய் நீ வாராமல் போனால்

தற்கொலைக்கும் உன் மடியில் இடம் கேட்டு மனம் அடம் பிடிக்கும்...

50.கல்லறைநோக்கிபயணிக்கும்...

பருவங்கள் பல கடக்கும்

பாட்டு ஒன்னு தான் கேட்கும்... அவள் குரலில்.. அவளே முதல் காதலி..

பாறைக்குள் செடி முளைத்த காதலையும் சொல்ல சொல்லும்...

கண்ணாமூச்சி விளையாட கண்ணைகட்டி விட்டவளை காதலி என்றும் சொல்-

லும்...

அன்று தான் பசியில் நின்றிருக்க பரிசளித்த அவள்

பிரியாணி பார்வையும் காதலியாகவே தெரியும்..

கற்றதும் பெற்றதும் கொண்டு கடைசியில் கல்யாணத்தில்

கரம் பிடிக்கும்.. அவளே தன் காதலி என்பதை ஏற்றுக்கொள்ள மனம் மறுக்கும்...

என்ன காதல் இது...

ஒவ்வொரு பூக்களாய் தேனை சேகரித்து

தன்

தேன் கூட்டில் சேர்த்து வைத்து...

தேவைகள் தீர (தீர்க்கும்) ஒருவரை இறுதியில்

தேர்தெடுத்து..

கல்லறை நோக்கி பயணிக்கும்...

51.நீயேநானடி.... என்னுள்நீயடி...

ஏதோ ஒரு காரணம் வேணும்

உன்னை இப்போ நானும் பார்க்க....

சந்திரனை பார்க்க வந்ததாக சொல்லலாமா ....

இல்லை...

சாயந்திர வேளையை காணவில்லை என்று சொல்லலாமா...

தென்றல் காட்டும் தீண்டவில்லை எனலாமா...

தெருவோர விளக்கு எரியவில்லை எனலாமா ...

ஏற்றிய தீபத்திற்கு எண்ணெய் இல்லை எனலாமா...

ஏக்கம் தீர்க்கவே உன்னை காண வந்தேன் எனலாமா..

இதை காதல் என்று சொல்லலாமா உன் பார்வையால் நான்

காயம் பட்டதை சொல்லலாமா...

இருதயம் துடிக்கவில்லை எனலாமா இமைகள் இருப்பது

பிடிக்கவில்லை எனலாமா ..

இன்னும் என்னென்ன காரணம் சொல்வேன்...

உன்னை நான் காண ஓடோடி வருகையில்

தூரமாய் இருந்தே...

அனலாய் எரிக்கும் உன் மூச்சுக்காற்றிடம்...

காதலே

என் காதலியே ...

கடைக்கண் பார்வை ஒன்று தீண்டிப் போ...

என் தீராத இரவு இன்னும் நீளும்

வார்த்தை ஒன்று சொல்லிப்போ..

இமை வழியே நீவிப் போ

இரவில் என் கனவுகள் இமைக்க மறந்தே சாகும் போ...

காதலை சொல்லடி கள்ளியே கண்களால்

களவு கொண்டாய்...

என் கண்களை காணவில்லையே.. இருதயம் முழுவதும் துடிக்கவில்லையே..

ஏன் உன் முகம் மட்டும் மறக்கவில்லையே..

இமைகள் மூடவில்லையே

அதன் நடுவே

உன் விரல் மட்டும் கூட வில்லையே..

கூடுமானால் குளிர்வித்து போ

முத்தமிட்டே அந்த காற்றை ..

உன் பார்வைக்காய் ஓடிவந்த நானும்

அந்தக் காற்று தீண்டியே

என்னுள் கருவாகி போகிறேன்..

காதலியே நானும் கருப்பைக்குள்

உன்னையே

கருவாக்கி போகிறேன்....

சுகப்பிரசவமும்

வேண்டுமோ...இல்லை

என் காதல் பத்துமாதம் தாண்டுமோ...

பத்து நிமிடமே ஆனாலும்

நீயே தானடி.... எந்தன் காதலி...

நீ என்னை காதலிக்க தேவையில்லை..

காதலித்தாலும் பரவாயில்லை..ஏனென்றால்

நான் உன்னை காதலிக்கிறேன் அதுவே போதுமே....

நான் வியாபாரி அல்லவே என் இருதயம் கொடுத்து

மாற்றாக உன்னைப்பெற.......
நான் காதலன் மட்டுமே... காதலை மட்டுமே தருவேன்....
நீ தாங்கினாலும்
இல்லை..
கல்லறை தாண்டியே தூங்கினாலும்...
நான் தூங்கும் வரைக்கும் நீயே நானடி.... என்னுள் நீயடி....

52.மாற்றானும்மைவிழியும்

நதியவள் நாணுவாள் நாசுடும் போதினில்
கதிரவன் கண்பட விடுபடும் இருவரி..
இடைவெளி வேண்டிடும் இருவரின் இரக்கமும்
இறக்கை விரிக்கவே இமை விறித்து பறந்திடும்...
படர்ந்திட்ட கொடிகளும் பனிபோல பனிந்திடும்
பார்வை படருகையில் பகிர்ந்து பருகிடும்..
இன்றைய பகல் போக்க இணக்கம் காட்டிடும்
இறை தேடிப்பறந்தே இணை துறந்து பழகிடும்..
கூட்டோடு கூடும்வரை கூச்சங்கள் குறுக்கிடும்
கூடும் நேரம்வரை கூவிப் பாடுபடும்..
குஞ்சுக்காய் குறை நீக்கி குளக்கரையில் குந்திடும்
குதிகாலில் குதிதூக்கி குறுநகையில் பசி போக்கிடும்..
மாற்றானும் மைவிழியும் மஞ்சள் பூசிய மந்திரனும்
இக்கவிகொண்டே கலந்தாடும் காதல்வேளை இந்நேரம்
காலைவேளை இந்நேரம்....

53.ஒருதரம்நான்இறக்கவேண்டும்...

அதிகாலை உணவு அமிர்தமாய் அவள் நினைவு..
அங்கொன்றும் இங்கொன்றுமாய் அவள் தீண்டல் அழகு..
வண்ணப் பட்டுப்பூச்சி வகைவகையாய் பறந்து போச்சி..
நுண்துகள்கள் காலினூடும் அவள் புன்னகை புணரிப்போச்சி..
மூச்சு முட்டும் நேரத்திலும் முதலுதவியாய் அவள் கரம் கோர்க்க..
முந்தானை காற்றாய் மாறி முழுவதும் தழுவிப்போச்சி..

என்ன வியப்படி நீ விதியாடும் விளையாட்டடி நீ..
இருதுளை காற்றிலும் சங்கீதமாய் இருக்கின்றாய்..
இல்லா கடவுளுக்கும் இன்பத்தாயாய் இனிக்கின்றாய்...
இருவரி அடக்கமாய் உலகம் நீயின்றி வாழ்வது மிகக்கடினம்...
அசைந்தாடும் அருவியும் அவள் குரலில் குருவியும்..
இணையாக இன்பமும் இமை பார்வைக்கு தங்கமும்...
நீ புதைத்த புதையலடி.... உன்னை துளைத்தெடுக்க ஆவலடி...
இந்தமுறை வேண்டும் வரை உன்னோடு வாழ வேண்டும்
மீண்டும் நான் பிறந்தாலும் உன் மடியே ஆள வேண்டும்..
இருக்கை பச்சை படர்ந்தவளே இருக்கும் வரை என்னுள் இருப்பவளே..
இயற்கை என்று பெயர் கொண்டு என்னை இம்சிக்கும் பேரழகே...
உன்னுள் வாழ்ந்த காலங்கள் உருமாறி உளன்ற நாட்கள்
உயிர்களாய் மலர்ந்த நாட்கள் இன்பம் கொள்ளையடி
மீண்டும் காண ஆசையடி...வேண்டும் உன் மடி..
உன்னைப் பற்றிப்பாட இன்னொரு பிறப்பு வேண்டும் இதற்காய்
மீண்டும் ஒருதரம் நான் இறக்க வேண்டும்...

54.எழுதுபொருள்நீதானே..

முகத்தில் குளம் சமைத்தாய் குறுநகையால் வளம் நிறைத்தாய்
வார்த்தைகளில் புள்ளி வைத்தாய் மனசுக்குள் கோலமிட்டாய்
மனதோடு மழைக்காலம் நீ நடைபயிலும் அந்நேரம்
நிலவும் குளிர்காயும் நீ மலரும் நிலாக்காலம்..
பூவுக்கும் ஆசைவரும் நீ பறிக்க தவமிருக்கும்
நீ சூடும் பூவெல்லாம் புன்னகைத்தே மரணிக்கும்..
மலரே உன் பாதச்சுவடு மயானமானால்
மரணம் கூட அதைக் கேட்கும் மார்போடு மனசு தின்றே மறுநொடியே மரணிக்-
கும்....
எமன் வந்து தடுத்தாலும் எழுதுறத நிறுத்த மாட்டேன்
எனக்கு எழுதுபொருள் நீதானே எழுத்தாய் ஆன
என்னவளே நீதானே...

55.என்விதியோடு..

உன்னால தான் நான் இப்போது சிரிக்கறேன்..

உன் விரல் காட்டிய திசையில் விட்டிலா பறக்கறேன்..

காரிருளில் கண்விழிச்சே கண்ணடித்து கலங்கறேன்..

கனவிலும் கைதட்டி உன் பேச்சை ரசிக்கறேன்..

கண்ணானு நீ சொன்ன காலத்தை மீண்டும் தேடறேன்..

கண்ணோடு விழி நீந்தி களவாட கேட்கறேன்..

காற்றுக்கும் தெரியும் நான் கண்டதும் காணாததும் புரியும்..

காரணங்கள் தேடிச்சென்ற கருவோடு ரணங்கள் அறியும்..

வேதனைகள் விழியோடு வெட்கங்கெட்ட விழிப்போடு..

விடையில்லா வினாவோடு வினவினேன் நான்

என் விதியோடு..

நான் கேட்டதும் நீ கிடைத்திட்டால்

தேவைக்கு இனித்திட்டால் தேவதைகள் பூமியிலே

இருப்பது ஒப்பாகுமோ...

தேனீர் குவளைகளில் தேறாத நானும்

தேற்றாத நீயும் வீண் தானோ...

இனி நான் தானோ....

இரவோடு வரும் வெள்ளை நிற காக்கைகள்

இமை தின்று ஆவியாகும் இதழ் ஓசை இறுக்கங்கள்...

இமைகளின் இசைவுகள் இலக்கியம் போலில்லை

இலக்கியமில்லா காதலில் இன்பமில்லை...

என் இலக்கியமே..இருதயமே...

56.நானும்நாமுமாய்மாயோம்...

காமன் கண் நழுவி மாமன் கை தழுவி

கெட்டுப் போகவோ இந்த பட்டுப்பூ

படைப்பு.....

குற்றம் குறையற்று குதிர்த(ல்) குதிரையொன்று..
குஞ்சுக் குமரியுமாய் குறுக்கிலும் வரிகள் தமிழமுதாய்....
குத்திக் கொலை செய்ய கொண்டதோ இப்பிறவி..
புரவி மேலாடை தாவியும் புறமுதுகிட்டு செத்துப்போக ஆசை
இவள் விழி தழுவி......
நீ கொத்திய விடம் தின்று செழித்ததோ நரகம்..
உன்னைக் கொண்டபின் ஆங்கே
உயிர் காண்பதுதானோ மாதிமை நகரம்....
உன்னை கட்டி கைகழுவி கையோடு மெய் படறி
நிழல் பழம் கண்டு நீயும் நானும் நாமுமாய் மாயோம்....
நீள்வழிச்சாலை நிழல்கண்டுஉய்யோம்...
நீங்கா கனவுகளில் நினைவோடுமெய்யோம்...
மெச்சும் மெத்தமும் மொத்தமும் முத்தமும்
மூச்சும் முணங்கலும் முன்னங்கால் முடிச்சோடும்
நீயும் நானும்..நாமுமாய் நவிழ்ந்தோம்....
நச்சும் பிச்சும் நஞ்சும் கொஞ்சும்
இரவும் இணக்கமும் இன்பமும் இடையுமாய்
இடைவெளி குறையுமாய்
நீயும் நானும்..நாமுமாய் மாய்ந்தோம்...
மச்சமும் மிச்சமும் எச்சமும் கூச்சமும்
கிண்டலும் தீண்டலும் கிச்சும் கீச்சலும்
அழகும் மெழுகுமாய் மெய்யும் மைய்யலுமாய்
நீயும் நானும்..நாமுமாய்....
கற்பனையில் கை கலந்தோம் கண்ணோரம் விழி சிவந்தோம்...
விந்தைதானடி உன் மீது காதல் எனக்கு...

57.சங்கமிக்கிறதாம்...

வாழைமரம் ரெண்டு வாலிப நாண்(ன்) கொண்டு
பசிக்கும் பசலை பற்றி பற்றி எரியும் —— மனம்
எரியும் நெருப்புத் துண்டு...

இதுவோ வாசலோ வாடையோ மாதமோ ஆடியோ

மாலையோ தேவையோ எது வேண்டும் உனக்கு

எடுத்துக்கொள் என்று ஏன் அழைக்கிறதாம்....

அடிவயிறும் ஆசையில் பசிக்கிறதாம்....

பார்வைகள் கொள்கிறதாம் என் நெஞ்சை..

நெறிஞ்சிலாய் குத்துகிறதாம் — ஏனோ

வேதனைகள் இனிக்கிறதாம்..

இளமை இதற்கே இசைகிறதாம்....

இருதயகலப்புகள்

இமைவழியே நடக்கிறதாம் — ஏனோ

இதழ்களிடமே சம்மதம் பெறுகிறதாம்..

சங்கமிக்கிறதாம்.... சண்டையிடுகிறதாம்....

இருப்புகள் குறைகளில்லை கணக்கெடுப்பு தேவையில்லை

கண் ரெண்டும் சொல்கிறதாம் இலாபநட்ட கணக்கிதுவோ....

பேரேட்டு பதிபொருளோ

இது பேரண்டம் காணா இருபுறமோ....

வரவும் செலவுமோ

இருள் நாணு (னு) ம் இலாபமோ....

தனியாள் வணிகமோ — நீ

தனியாய் வரணுமோ

தரணியில் — ஒற்றைக்கால்

தவமாய் — இமை தவிர

மற்றவை காணணுமோ.. கற்பிலக்கணமோ..

காதல் இலக்கணமோ

கற்கணுமோ..கற்பிக்கணுமோ..

நீ

கருணை கொள்ளணுமோ பிறகு கொள்ளணுமோ..

கண்களுக்குள் நீர் போல..

நிலம் தீண்டும் அசையாக நினைவோடு அசைகிறது..

உன் இசைவுக்காய் இரக்கிறது..

என் மனம் மானங்கெட்டு கிடக்கிறது....

58.தூக்கமதுதற்கொலையோ

ஏன் இந்த மறைப்பு
எதுகைக்கு நடுவே
ஏக்கமாய் தவிப்பு
உருண்ட விழிபார்த்து திரண்ட கவம் கோர்த்து
மூச்சுக்காற்றில் என்னை சமைத்தவளே — எனக்காய்
சமைந்தவளே.. சம்சாரமானவளே..
சகுனியோ இவள் இதழ்
பகடையாய் உதடுருட்ட தாயமாய் நான் புரண்டேன்
தாக்குதல் என்னுள்ளே.. என் நெஞ்சுக்கூட்டு கருக்குள்ளே..
கயலும் காணுமோ கடல் நீண்டு போனாலும்
கரைதாண்டிட கூடுமோ அதுபோலே நானும்..
கலங்கரை விளக்கமே
உன் முகமோ என் கப்பல் காதலோடு காத்திருக்கே
கரைசேர...
உன் கரம் கூட.... ஒருகணம் சுட்டி ஆட்டிட கூடாதா
ஒருஇமை நொடி எனக்காக தடம் காட்டாதா..
ஏனாம்
இக்கணம் கோபம்.. எழுந்தவன் வணங்கலியோ
விழுகையில் தொழலையோ விடியலில் குறையோ வியர்வையில் குறையோ ....
தூக்கமது தற்கொலையோ
கனவோடு கற்பழிப்போ
இல்லை..இல்லை..
இருந்திருக்க வாய்ப்பில்லை..
ஆம்..
ஆமாம்..
என்னவள் கண்விழிக்கும் இந்நேரம்
என் முகம் காண கூடலியாம்....
கோபமாய் அவள் சிரித்தாள்

அவள் கொலுசொலி கூவி அழைக்க

என் குறுநகை

கன்னக்குளம் நிறைக்க..

இது காதலோ

இது தான் காதலோ

கழுத்தில் முடி போட்ட பின்னும்

கவனம் பல கலைந்த பின்னும்

கண்விழி நீள்கிறதே

என் முகமே கேட்கிறதே...

வாழணும் உன்னோடே

என் வாலிபம்

தின்னும் வரை மண்ணோடே ..

59.முகத்திரைவிலக்கு

ஒருமுறை முகத்திரை விலக்கு முழுமதி நான் காண..

முழுவதும் தொலைத்து நான் எனக்குள் தொலைந்து போக..

விழி கண்டு விழுவேனா விழும் வரி கண்டு விடுவேனா..

இமை தாண்டி தொழுவேனா இருதயம் ஓரம் உறைவேனா...

உண்மையில் கரைவேனா கனவிலும் அழுவேனா..

வா...

அருகில் வா பேசலாம் அருகி குழைத்து பேசலாம்...

அருவும் பேசலாம் அருவியும் பேசலாம்...

அருவாய் பேசலாம் அன்பாய் பேசலாம்....

இப்போது

உன்னைப் பார்த்து கண்ணடிக்கும் ஆசையில் என்

கண்கள் ஒன்றையொன்று அடித்துக் கொள்கிறது...

உன்னைப் பார்த்து பேசிடும் ஆசையில்

இதழ்கள் சண்டையிட்டு இடம் குவிகிறது..

உன்னை விழுங்கும் ஆசையில் என் கண்கள்

கண்ணீர் நிரப்பி காத்திருக்கிறது...

உன்னைத் தழுவும் ஆசையில் விரல்கள்

பட்டினிப் போராட்டம் தொடங்க இருக்கிறது...

உன்னை அணைக்கும் ஆசையில் நெஞ்சோரம் கொஞ்சமாய்

காதலால் பிளக்கிறது..

வலி மட்டுமே வரமாய் கிடைக்கிறது...

கள்ளியே...

ஒருமுறை உன் விரலை மட்டும்

தொட்டுப் பார்க்க ஆசை..

உன் விழி இசைந்தால் விடை தேடியும்

உற்றுப் பார்க்க ஆசை...

பலமுறை உன் விரல் கோர்த்து நடை பாதை அளக்க ஆசை....

நீ விடையளித்தால்...

வீதியில் விதிவரை அழைத்துச் செல்ல ஆசை....

60. எனக்குநீதான்வேணும்

எனக்கு நீதான் வேணும்

நித்தமும் சண்டையிட வேண்டும்

சண்டைக்கு முடிவை தேடியே முத்தமிட வேண்டும்..

கண்களைச் சுற்றியே காதல் சொல்ல வேண்டும்...

இமை சேர்த்து காதல் என்ற புத்தகம் எழுத வேண்டும்

கண்மூடிப் படிக்க இதயங்கள் இணைக்க வேண்டும்

காதலியாய் நீ வேணும்

கழுத்தில் மாலையிட நான் வேணும்...

ஓட்டமும் நடையுமாக

உன் வெற்றியின் பின்புறத்தில் நான் வேணும்....

நெற்றி பொட்டு முதல் நிலம் தின்னும் இடம் வரை

நானே ஆள வேண்டும்

உன்னை ஆராய வேண்டும்

ஆராய்ச்சி முடிவுகள் ஆனந்தமாய் இருக்க வேண்டும் ....

அலை கடல் போல காதலை அள்ளி பருக வேண்டும்

அதை கண்களால் குடித்தே தீர்க்க வேண்டும்...

அந்த கடற்கரை மணலில் காலடி பட்ட இடத்தில்

பெயர்களும் எழுதலாம்..

இருவருக்கும் போட்டி வைத்து கைகளில் மண் அள்ளி

அதன் எண்ணிக்கை

அளவிற்கு முத்தமிட்டே முடிவை தேடலாம்...

முடிவு வரும்வரை முடிக்காமலே தொடரலாம்...

எனக்கு நீதான் வேணும்

நீ மட்டுமே வேண்டும்...

உன்னை பார்த்த நொடிகளில் பார்வைகுருடானேன்

நான் பார்க்கும் இடமெல்லாம் உன் முகமே தெரிந்ததுமே

அது பார்வை குறைவில்லை பருவ குறை என்பதை

தெரிந்து கொண்டேன்...

வா கண்ணா காதலில் சேரலாம்

கவிதைகள் எழுதலாம் கழுத்தில் தாலி கட்டி

கனவை நனவாக்க இல்லறம் தொடங்கலாம்....

www.ingramcontent.com/pod-product-compliance
Lightning Source LLC
Chambersburg PA
CBHW031413160726
47993CB00003B/1210